SÁCH NẤU SUSHI LÀM TẠI NHÀ DÀNH CHO NGƯỜI MỚI BẮT ĐẦU

HƯỚNG DẪN LÀM SUSHI ĐƠN GIẢN TẠI NHÀ HƠN 100 CÔNG THỨC LÀM SUSHI NGON NHƯ SUSHI-URAMAKI SUSHI- TUNA NIGIRI- DRAGON SUSHI-GUNKAN MAKI SUSHI VÀ HƠN THẾ NỮA

CÔNG QUANG

Đã đăng ký Bản quyền.

Tuyên bố miễn trừ trách nhiệm

Thông tin trong Sách điện tử này nhằm mục đích phục vụ như một tập hợp toàn diện các chiến lược mà tác giả của Sách điện tử này đã thực hiện nghiên cứu. Các bản tóm tắt, chiến lược, mẹo và thủ thuật chỉ được tác giả đề xuất và việc đọc Sách điện tử này sẽ không đảm bảo rằng kết quả của bạn sẽ phản ánh chính xác kết quả của tác giả. Tác giả của sách điện tử đã thực hiện mọi nỗ lực hợp lý để cung cấp thông tin cập nhật và chính xác cho người đọc sách điện tử. Tác giả và các cộng sự của nó sẽ không chịu trách nhiệm về bất kỳ sai sót hoặc thiếu sót vô ý nào có thể được tìm thấy. Tài liệu trong Sách điện tử có thể bao gồm thông tin của bên thứ ba. Tài liệu của bên thứ ba bao gồm các ý kiến được bày tỏ bởi chủ sở hữu của chúng. Do đó, tác giả của Sách điện tử không chịu trách nhiệm hoặc nghĩa vụ pháp lý đối với bất kỳ tài liệu hoặc ý kiến của bên thứ ba nào.

Sách điện tử có bản quyền © 2022 với mọi quyền được bảo lưu. Việc phân phối lại, sao chép hoặc tạo tác phẩm phái sinh từ toàn bộ hoặc một phần Sách điện tử này là bất hợp pháp. Không phần nào của báo cáo này được phép sao chép hoặc truyền lại dưới bất kỳ hình thức nào mà không có sự cho phép bằng văn bản và có chữ ký của tác giả.

sommario

- GIỚI THIỆU..6
- SUSHI NHẬT BẢN CỔ ĐIỂN...7
  1. Makizushi..8
  2. Hosomaki...11
  3. chumaki...13
  4. Futomaki...15
  5. Uramaki...18
  6. Temaki...20
  7. Chakinzushi..23
  số 8. Hamagarizushi...25
  9. Nigirizushi..27
  10. maki Gunkan...30
- **SUSHI MỸ..32**
  11. cuộn California..33
  12. Tôm cuộn tempura..35
  13. cuộn rồng...38
  14. cuộn sâu bướm..40
  15. cuộn cầu vồng...43
  16. Bánh cuộn Philadelphia...................................45
  17. Rau cuộn...47
  18. cuộn hoa...50
  19. cuộn xoài..52
  20. cuộn nhện Jumbo..54
  21. cuộn thuốc nổ...56
  22. cuộn núi lửa...59
  23. cuộn Alaska...62
  24. măng tây cuộn...64
  25. Bánh cuộn Boston...66
  26. Cuốn giòn...69
  27. cuộn Hawaii...72
  28. Cuộn Las Vegas...75
  29. Vua Sư Tử Cuộn..77
  30. Tôm hùm cuộn...80
  31. cuộn Oshinko...82
  32. cuộn Seattle...85
  33. Cuộn da..87
  34. Tuyết...90
  35. Cuộn lướt sóng và sân cỏ................................94
  36. cuộn tempura..96
  37. cuộn Texas...99
  38. Chả hố..101
  39. cuộn unagi...106

40.	Chả cá đuôi vàng	108

SUSHI THUẦN CHAY 110
41.	Bánh cuốn chay	111
42.	Sushi cuộn bơ dưa chuột	114
43.	Cơm cuộn nấm Shiitake	117
44.	Sushi cá ngừ cay cay	120
45.	Sushi cà rốt và bơ bơ	122
46.	Cơm cuộn chay	125
47.	Chả sò chay chay	127
48.	Món nấm enoki cuộn giòn	130

BÁ SUSHI 133
49.	Bát Sushi vàng và bạc	134
50.	Ly Sushi màu cam	136
51.	Bát Sushi cá ngừ mè	138
52.	Bát xào Sushi	140
53.	Bát Sushi trứng, phô mai và đậu xanh	142
54.	Bát Sushi sò điệp và măng tây	144
55.	Bát Sushi Tôm Hùm Cay	146
56.	Bát Sushi Ham và Đào	148
57.	Bát Sushi Sườn Ngắn Nướng	150
58.	Bát Sushi Sò Điệp Dynamite	152
59.	Bát Sushi Ratatouille	154
60.	Bát Sushi Đậu Hủ Chiên Giòn	156
61.	Bát Sushi cá hồi và bơ tươi	159

SUSHI GUNKAN VÀ NIGIRI ÉP 161
62.	Sushi cà tím tráng men	162
63.	Cá ngừ Tataki Nigiri	164
64.	Nigiri Char Bắc Cực	166
65.	Thịt giăm bông Musubi	168
66.	Nigiri bơ và lựu	170
67.	Shiitake Nigiri	172
68.	Ngăn xếp cá hồi, phô mai và dưa chuột	174
69.	Sushi trứng tráng Nhật Bản Tamago Nigiri	177
70.	Masago Gunkan	179
71.	Cá mòi Nigiri	181
72.	Nigiri vịt hun khói	183
73.	Trứng quỷ và bơ Gunkan	185
74.	Nigiri cá ngừ trắng	187
75.	Nigiri đậu phụ hun khói	189
76.	Nigiri sò điệp xào tỏi	192

SUSHI CUỘN TAY (TEMAKI) 194
77.	Chả mực cay cầm tay	195
78.	Cá trê nướng tay cuộn	198
79.	Cuốn tay Tempura rau củ	200

- 80. Chả giò da gà giòn 202
- 81. Cuộn tay thịt xông khói tráng men 204
- 82. Cá thu cuộn tay dưa chuột 206
- 83. Cuộn tay cải xoăn 208
- 84. Cuộn tay Bắc Cực Char 210
- 85. Cuộn tay cá ngừ tươi 212
- 86. Cuộn tay kim chi, cà chua và cá cơm 214
- 87. Rau tươi cuộn tay 216
- 88. Chả Tay Tôm Dừa 218
- 89. Cuộn tay sò điệp nướng 221

SASHIMI 223

- 90. Sò điệp Carpaccio 224
- 91. Sashimi tôm ngọt 226
- 92. Bộ ba Poké 228
- 93. Cá bơn chanh và muối Matcha 230
- 94. Đĩa Tataki thịt bò 232
- 95. Sashimi cá ngừ với Jalapeno Granita 235
- 96. Sashimi dưa lưới 237
- 97. Cá rô phi và tôm Ceviche Sashimi 239
- 98. Sashimi cà chua gia truyền 241
- 99. Sashimi cá rô phi mỏng giấy 243
- 100. Tartar cá ngừ và bơ 245

Phần kết luận 247

GIỚI THIỆU

Sushi là một món ăn truyền thống của Nhật Bản gồm cơm trộn dấm, thường có một ít đường và muối, đi kèm với nhiều loại nguyên liệu như hải sản, thường là sống và rau. Phong cách sushi và cách trình bày rất khác nhau, nhưng thành phần chính duy nhất là "cơm sushi", còn được gọi là shari hoặc sumeshi.

Sushi theo truyền thống được làm bằng gạo trắng hạt vừa, mặc dù nó có thể được chế biến bằng gạo lứt hoặc gạo hạt ngắn. Nó thường được chế biến với hải sản, chẳng hạn như mực, lươn, cá đuôi vàng, cá hồi, cá ngừ hoặc thịt giả cua. Nhiều loại sushi là món chay. Nó thường được dùng kèm với gừng ngâm (gari), wasabi và nước tương. Củ cải daikon hoặc daikon ngâm (takuan) là những món trang trí phổ biến cho món ăn.

Sushi như một bữa ăn không phải là một khái niệm truyền thống. Tuy nhiên, nếu bạn định đầu tư thời gian để chuẩn bị món sushi tuyệt vời tại nhà, rất có thể bạn sẽ muốn có một trải nghiệm trọn vẹn về nó. Bạn có thể dễ dàng lên kế hoạch cho một bữa ăn sushi tùy theo sở thích, túi tiền hoặc lượng thời gian bạn có.

SUSHI NHẬT BẢN CỔ ĐIỂN

1. Makizushi

Thành phần

Cơm sushi:
- 2 nồi cơm điện Gạo hạt ngắn Nhật Bản
- kombu 2 inch (tảo bẹ khô)
- 4 muỗng canh giấm gạo
- 2 muỗng canh đường
- 1 muỗng canh muối (muối kosher hoặc muối biển; dùng một nửa nếu dùng muối ăn)
- Nước

Hosomaki:
- 1 quả dưa chuột Ba Tư/Nhật Bản
- 6,8 oz. cá ngừ loại sashimi
- 1 hộp natto (đậu nành lên men)
- 5 tờ nori (rong biển)
- Xì dầu
- Wasabi (tùy chọn)
- Sushi gừng (tùy chọn)

Tezu (nước nhúng tay có giấm):
- $\frac{1}{4}$ cốc nước
- 1 muỗng canh giấm gạo

Hướng

1. Vo gạo nhiều lần để lấy được càng nhiều tinh bột càng tốt, sau đó ngâm gạo trong nước ít nhất nửa giờ. Dùng khăn ướt lau nhẹ Kombu, đảm bảo không làm mất đi lớp phấn trắng trên bề mặt.

2. Nấu cơm trong nồi cơm điện, thêm lượng nước cần thiết (tìm các dấu hiệu trên máy của bạn). Nếu nấu cơm trong nồi có nắp đậy, bạn sẽ chỉ cần hơn nửa lít nước. Cho thêm một ít tảo bẹ khô vào để tăng thêm hương vị.

3. Trộn giấm gạo, muối và đường trong chảo nhỏ rồi đun sôi trên lửa vừa cao, khuấy đều cho đến khi đường tan. Để lại mat.

4. Chuyển cơm đã nấu chín vào đĩa có đáy phẳng đã được làm ấm, thêm giấm sushi và trộn nhẹ. Đặt một miếng vải ướt lên đĩa và đặt sang một bên.

5. Để làm hosomaki, hãy cắt cả hai đầu của quả dưa chuột, sau đó cắt làm đôi theo chiều dọc và lặp lại quá trình này thêm 2 lần nữa, loại bỏ hạt - bạn sẽ có 8 dải.
6. Sau khi cắt cá ngừ thành từng miếng $\frac{1}{4}$ - $\frac{1}{2}$", hãy cắt những miếng đó thành những dải dài dày $\frac{1}{4}$ - $\frac{1}{2}$".
7. Nêm natto với một ít nước tương hoặc gia vị đi kèm trong gói, sau đó trộn cho đến khi nhuyễn.
8. Trong một bát nhỏ, trộn $\frac{1}{4}$ cốc nước và 1 thìa giấm gạo. Nhúng tay vào nước giấm này sẽ giúp cơm không bị dính.
9. Cắt đôi cạnh dài của rong biển hình chữ nhật. Mặt sáng bóng hướng xuống dưới, đặt nửa tấm giấy lên mảnh tre làm sushi, cạnh dài hơn của tấm song song với cạnh của tấm thảm gần bạn nhất. Để lại 3-4 thanh gỗ ở phía gần nhất này.
10. Làm ẩm cốc đo bằng nước dấm và múc $\frac{1}{2}$ cốc vào bàn tay ướt. Sau khi đặt cơm vào giữa bên trái của tấm nori, trải nó ra, chừa một khoảng trống 1" dọc theo mép trên. Tiếp theo, đặt một nhân vào giữa cơm và dùng ngón tay giữ nó xuống; cuộn cơm lại sushi phủ lên phần nhân, chạm vào mép lớp cơm. Nhẹ nhàng tạo hình và cuộn chặt cuộn lại qua tấm lót. Sau khi tháo lớp chiếu ra, cuộn sushi lại một lần nữa để bịt mép rong biển.
11. Cắt cuộn thành 6 phần, làm ẩm dao liên tục bằng vải ẩm. Ăn kèm gia vị.

2. Hosomaki

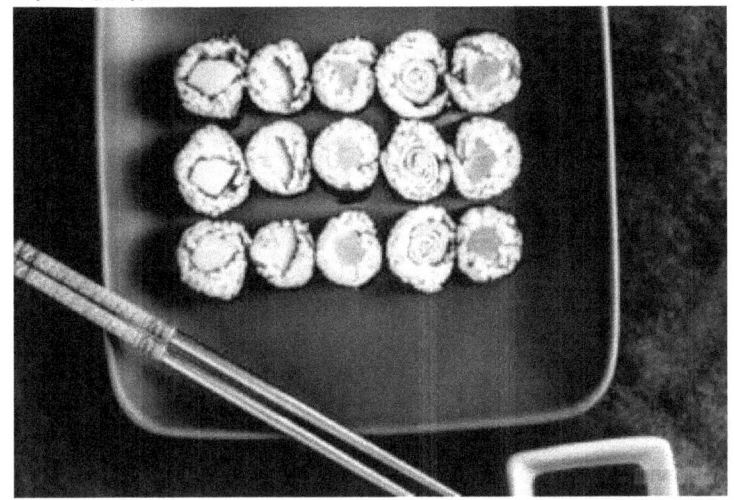

Nguyên liệu làm cơm sushi:
- 660g cơm sushi Nhật đã nấu chín
- 50ml giấm sushi

Nguyên liệu làm món cuộn mỏng:
- 1 miếng cá sashimi dài
- 1 tấm rong biển nori
- 1/2 muỗng canh mù tạt
- phục vụ:
- 1 muỗng canh nước tương

Hướng

1. Làm ấm bên trong tô trộn cơm sushi hoặc tô lớn để cơm không bị dính. Cơm cần được nấu chín và nóng khi chế biến cơm sushi.
2. Đặt cơm đã nấu chín vào tô và thêm giấm sushi. Dùng muỗi xới trộn nhẹ giấm vào cơm cho đến khi giấm quyện đều. Để cơm sushi nguội đến nhiệt độ phòng. Đắp cơm sushi bằng khăn trà ẩm để tránh cơm bị khô.
3. Cắt rong biển nori làm đôi, sau đó đặt một nửa nori lên tấm lót sushi với mặt sáng bóng hướng xuống dưới. Theo nguyên tắc vàng, mặt sáng bóng của rong biển nori phải luôn ở bên ngoài miếng sushi.
4. Đặt khoảng 80g cơm sushi lên rong biển nori và trải đều, chừa lại 1cm ở mép trên. Thêm một phần nhỏ wasabi và đặt dải cá sashimi vào giữa.
5. Bắt đầu cuộn từ dưới lên, gấp mép cuộn lại để bọc kín phần nhân. Nhấc mép tấm thảm lên và tiếp tục cuộn về phía trước cho đến khi cuộn sushi thành hình trụ chắc chắn.
6. Làm ướt nhẹ lưỡi dao sắc và cắt cuộn thành 6 miếng. Đầu tiên, cắt nó thành hai nửa và sau đó chia đôi thành ba phần. Lau sạch dao bằng khăn ướt giữa các lần cắt để cơm không bị dính vào dao.

3. chumaki

Thành phần
- 2 chén cơm sushi nấu chín và dấm
- 3 tấm rong biển nori (kích thước 7 x 9 inch)
- 1 quả bơ chín
- 1 quả dưa chuột giòn
- 1 tamagoyaki (trứng tráng kiểu Nhật)
- một chút nước tương (Nhật Bản)
- 1/2 muỗng cà phê wasabi hoặc mù tạt Dijon
- 1 muỗng canh gừng ngâm (gari)

Hướng
1. Gọt vỏ dưa chuột và cắt làm đôi theo chiều dài của quả dưa chuột, dùng thìa loại bỏ hạt trên mỗi nửa quả dưa chuột
2. Cắt mỗi nửa làm đôi và mỗi phần tư lại làm đôi, lại cắt dọc theo chiều dài của quả dưa chuột. Điều này mang lại 8 que dưa chuột dài
3. Cắt tamagoyaki làm sẵn thành dải 1/5 x 1/5 inch
4. Cắt một quả bơ chín làm đôi bằng cách di chuyển con dao xung quanh hột. Loại bỏ hố. Dùng thìa lớn múc thịt từ một nửa ra và đặt lên bảng.
5. Dùng dao để cắt những dải bơ có kích thước 1/5 x 1/5 inch
6. Đặt makusi lên bảng, đặt màng bọc thực phẩm lên trên rồi cho mặt sáng bóng của rong biển nori úp xuống, trên màng bọc thực phẩm, mặt dài hơn của tấm rong biển gần bạn nhất Sau đó trải đều nửa cốc cơm sushi ngon lên tấm, sao cho một inch tính từ đầu xa (dài) của tấm rong biển vẫn không có cơm. Dùng cốc ướt và dùng ngón tay ướt để xới cơm
7. Sau đó đặt các dải bơ, tamagoyaki và dưa chuột thành hàng cạnh nhau dọc theo cạnh dài của tấm phủ lên trên cơm
8. Sau đó cuộn rong biển ra xa bạn, sao cho vẫn nhìn thấy được từng inch rong biển không được che chắn. Siết chặt cuộn giấy trước khi cuộn qua và thu lại từng inch rong biển chưa được che chắn.

4. Futomaki

Nguyên liệu làm món Kanpyo (Củ cải daikon khô nấu chín)
- 1 ounce kanpyo khô (củ cải daikon)
- Nước (để ngâm)
- 2/3 chén nước dùng súp dashi
- 3 muỗng canh nước tương
- 2 thìa đường
- 1 muỗng canh mirin

Đối với Tamagoyaki (trứng tráng)
- 2 quả trứng VÀ 2 thìa cà phê đường
- Dầu canola

Thành phầncho cuộn Futomaki
- 4 tấm nori (rong biển khô)
- 6 chén cơm sushi đã chuẩn bị sẵn (gạo trắng hạt ngắn hấp với giấm sushi)
- 1 quả dưa chuột nhỏ (cắt tỉa và cắt làm tư theo chiều dọc)

Hướng
1. Trong một bát nhỏ, rửa sạch và để ráo kanpyo (củ cải daikon khô).
2. Sau đó ngâm vào nước sạch khoảng 1 tiếng cho mềm và dẻo.
3. Bóp nước thừa từ kanpyo.
4. Cắt kanpyo đã mềm thành những miếng dài khoảng 8 inch.
5. Trong một nồi vừa, trộn nước súp dashi, nước tương, đường và mirin. Đun sôi trên lửa vừa.
6. Thêm kanpyo và đun nhỏ lửa ở nhiệt độ thấp cho đến khi chất lỏng gần cạn. Hãy để nó nguội.

Chuẩn bị Tamagoyaki
1. Đánh trứng và đường trong một cái bát nhỏ.
2. Đun nóng chảo nhỏ dầu hạt cải, đảm bảo phủ đều chảo. Thêm hỗn hợp trứng để tạo thành một lớp mỏng. Sau đó, từ từ cuộn hoặc gấp món trứng tráng để tạo thành món trứng tráng cuộn dày.
3. Lấy ra khỏi chảo và để nguội. Cắt nó thành que dài.

Làm món Sushi cuộn Futomaki

1. Đặt một miếng màng bọc thực phẩm lên trên mành tre. (Điều này giúp việc dọn dẹp dễ dàng hơn.) Đặt một tấm lớn rong biển khô rang (nori) lên trên lớp màng bọc thực phẩm trên mành tre.
2. Trải đều 1/4 phần cơm sushi lên trên tấm rong biển khô.
3. Đặt các miếng kanpyo, trứng tráng và dưa chuột theo chiều ngang trên cơm ở giữa. Cuộn chiếc chiếu tre lại, ấn về phía trước để tạo hình sushi thành hình trụ. Nhấn chặt tấm tre và gỡ nó ra khỏi miếng sushi.
4. Đặt sushi sang một bên và lặp lại để làm thêm 3 cuộn Futomaki.
5. Lau dao bằng vải ướt trước khi cắt Futomaki. Cắt sushi Futomaki cuộn thành từng miếng vừa ăn.

5. Uramaki

Nguyên liệu làm cơm sushi:
- 660g cơm sushi Nhật đã nấu chín
- 50ml giấm sushi

Nguyên liệu cho món cuộn từ trong ra ngoài:
- 1 miếng cá sashimi dài
- 1 dải dưa chuột dài
- 1 tấm rong biển nori
- 1 nhánh thì là
- 1/2 muỗng canh mù tạt
- Phục vụ: 1 muỗng canh nước tương

Hướng

1. Làm ấm bên trong tô trộn cơm sushi hoặc tô lớn để cơm không bị dính. Cơm cần được nấu chín và nóng khi chế biến cơm sushi.
2. Đặt cơm đã nấu chín vào tô và thêm giấm sushi. Dùng muôi xới trộn nhẹ giấm vào cơm cho đến khi giấm quyện đều. Để cơm sushi nguội đến nhiệt độ phòng. Đắp cơm sushi bằng khăn trà ấm để tránh cơm bị khô.
3. Cắt rong biển nori làm đôi, sau đó đặt một nửa nori lên tấm lót sushi với mặt sáng bóng hướng xuống dưới. Theo nguyên tắc vàng, mặt sáng bóng của rong biển nori phải luôn ở bên ngoài miếng sushi.
4. Đặt khoảng 110g cơm sushi lên rong biển nori và trải đều. Đặt nhánh thì là lên cơm. Lật rong biển nori và cơm sushi sao cho rong biển nori hướng lên trên. Thêm một phần nhỏ wasabi và đặt hai dải dưa chuột và cá sashimi vào giữa.
5. Bắt đầu cuộn từ dưới lên, gấp mép cuộn lại để bọc kín phần nhân. Nhấc mép tấm thảm lên và tiếp tục cuộn về phía trước cho đến khi cuộn sushi thành hình trụ chắc chắn.
6. Làm ướt nhẹ lưỡi dao sắc và cắt cuộn thành 6 miếng. Đầu tiên, cắt nó thành hai nửa và sau đó chia đôi thành ba phần.

6. Temaki

Thành phần
- 200g cơm sushi
- 2 tấm rong biển nori
- 50ml giấm sushi
- 1 muỗng canh nước tương (tùy chọn)

Chất trám được đề xuất
- cá ngừ đóng hộp với sốt mayonnaise
- cá ngừ
- cá hồi
- trứng tráng tamagoyaki
- trái bơ
- que hải sản
- tôm
- quả dưa chuột

Gia vị tùy chọn
- mayonaise
- mè trắng
- mè đen
- mù tạt
- ớt yuzu kosho

Hướng

1. Sau khi nấu 200g gạo, trộn với 50ml giấm sushi và để nguội trước khi dùng.
2. Chuẩn bị nhân bánh thành dải mỏng 10 cm và cắt đôi tấm rong biển nori.
3. Trên mặt thô của 1 miếng nori trải cơm sushi của bạn sao cho bao phủ nửa bên trái của miếng cơm. Bạn không cần phải trải cơm ra tận các mép.
4. Nếu thích, bạn có thể rắc một ít vừng lên cơm để tăng thêm hương vị.
5. Đặt tấm rong biển nori nằm ngang trong tay trái của bạn (bạn có thể làm điều này ngay từ đầu nhưng có thể sẽ dễ dàng hơn sau khi trải cơm).
6. Bắt đầu thêm bất kỳ thành phần nào ở giữa lên trên cơm. Bạn có thể sử dụng bất kỳ sự kết hợp nào, nhưng cá hồi và bơ thường bổ sung tốt cho nhau.
7. Bây giờ cuộn Temaki. Đầu tiên gấp phần nhân từ bên trái lên trên phần nhân. Tiếp theo cuộn mặt trơn của rong biển nori từ bên phải sang, dùng tay tạo thành hình nón. Cố định phần cuối của cuộn bằng một miếng cơm ấm ép lấy từ phần nhân.

7. Chakinzushi

Nguyên liệu làm cơm chirashi sushi:
- 150g gạo
- 1 gói cơm trộn chirashi sushi

Nguyên liệu làm phần bánh crepe trứng:
- 9 quả trứng
- 2 muỗng canh tinh bột khoai tây katakuriko, trộn với 2 muỗng cà phê nước
- 2 muỗng canh đường
- 2 muỗng canh muối
- 7-8 củ hành xanh

Hướng

1. Nấu cơm.
2. Đổ cơm mới nấu vào đĩa sushi hoặc bát thích hợp tương tự để trộn. Thêm cơm chirashi sushi vào trộn đều. Đặt sang một bên để nguội.
3. Trong một bát riêng, đánh trứng, hỗn hợp tinh bột khoai tây katakuriko, đường và muối với nhau cho đến khi hòa quyện.
4. Dùng chảo chống dính trên lửa vừa, đổ lượng bột vừa đủ để làm một chiếc bánh crepe trứng mỏng có đường kính khoảng 20cm. Nấu khoảng 1-2 phút cho mỗi mặt và tắt bếp. Lặp lại bước này cho đến khi hết hỗn hợp trứng (bạn sẽ có khoảng 15 chiếc bánh crepe). Đặt sang một bên để nguội.
5. Cắt hành lá làm đôi theo chiều dọc để bạn có được hai dải mỏng. Chần các dải trong nước sôi cho đến khi mềm (khoảng 1 phút), sau đó nhúng ngay vào nước lạnh để dừng quá trình nấu.
6. Khi tất cả các thành phần đã nguội, đã đến lúc lắp ráp. Đặt một chiếc bánh crepe trứng lên một mặt phẳng và đặt một viên hỗn hợp cơm sushi chirashi vừa ăn vào giữa. Đưa các mặt của bánh crepe trứng lên để chúng tạo thành một chùm trên mặt cơm. Buộc lại với nhau bằng một dải hành lá và cắt bỏ phần thừa. Sau đó phục vụ và thưởng thức.

8. Hamagarizushi

Thành phần

- 10 con nghêu Hamagari (bỏ hạt)
- 200ml rượu sake
- 3 muỗng canh nước tương
- 4 muỗng canh đường
- 40 ml Mirin
- 700 gram Gạo mới nấu
- 40 ml giấm
- 20 gram Đường
- 2/3 muỗng cà phê muối

Hướng

1. Chà xát vỏ ngao với nhau trong khi rửa dưới vòi nước chảy để loại bỏ chất nhờn.
2. Đun sôi rượu sake nấu trong chảo, sau đó luộc nghêu. Đậy nắp, hấp nghêu trong khoảng 3-4 phút rồi lấy ra khỏi chảo. Tiết kiệm chất lỏng trong chảo để sử dụng sau.
3. Cắm dao vào vỏ và cạy chúng ra. Cắt thịt cẩn thận để không làm hỏng nó.
4. Điều chỉnh hình dạng của miếng thịt và dùng dao để cắt thịt từ chân.
5. Cho nước ngao còn sót lại ở Bước 2 và các nguyên liệu "A" vào chảo rồi đun ở lửa nhỏ cho đến khi thu được nước sốt đặc.
6. Chuyển gạo vào "ohitsu" (hộp đựng gạo bằng gỗ) với các nguyên liệu "B" kết hợp. Gấp nguyên liệu "B" vào trong khi xới cơm.
7. Thoa hỗn hợp giấm (tham khảo Gợi ý hữu ích) lên tay và tạo thành cơm sushi thành nigiri sushi. Xếp thịt nghêu lên trên, tạo hình gọn gàng rồi rưới nước sốt lên là xong.

9. Nigirizushi

Thành phần
- 320g cơm sushi
- 80ml giấm sushi
- rong biển nori
- Khuôn làm sushi Nigiri
- dán mù tạt
- xì dầu
- gừng ngâm sushi

Topping
- cá sống tươi như cá hồi, cá ngừ hoặc cá đuôi vàng
- cá hồi xông khói
- tôm nấu chín
- bạch tuộc hoặc mực nấu chín
- lươn nướng
- càng cua
- trứng tráng tamagoyaki kiểu Nhật
- trái bơ
- nấm hương

1. Trước khi làm Nigiri sushi, chúng ta cần chuẩn bị cơm sushi sẽ được sử dụng.
2. Nếu bạn thực sự không muốn tốn quá nhiều thời gian cho việc chuẩn bị cơm, bạn có thể thử món cơm nấu bằng lò vi sóng của chúng tôi. Chỉ cần trộn 250g cơm chín với 1 thìa giấm gạo sushi.
3. Trong khi nấu cơm, bạn có thể chuẩn bị các lát cá, rau hoặc bất kỳ loại đồ phủ nào khác mà bạn muốn sử dụng.
4. Bây giờ chúng ta có thể làm vỏ gạo. Các bậc thầy làm sushi thường rửa tay bằng hỗn hợp nước và giấm sushi để giữ tay sạch sẽ và giúp cơm không bị dính. Nếu bạn muốn cách dễ dàng để tạo ra những hộp cơm hoàn hảo mọi lúc, hãy thử sử dụng khuôn làm sushi Nigiri. Cho cơm đều vào bên trong, ấn nắp xuống, lật khuôn lại và ấn cơm ra.
5. Nếu bạn thích vị cay của wasabi, hãy thêm một chút vào mặt dưới của lớp trên. Sau đó, trong khi giữ ẩm cho bàn tay của bạn bằng nước và giấm sushi, hãy ấn chặt phần trên vào vỏ cơm sushi. Một số nguyên liệu như tamagoyaki thường có một dải rong biển nori rất mỏng để giữ cho lớp trên không rơi ra khỏi vỏ cơm.
6. Cách thưởng thức sushi truyền thống là dùng một ít mù tạt và một đĩa nước tương. Trộn một ít wasabi với nước tương rồi nhúng sushi vào đó trước khi ăn.

10.   maki Gunkan

Thành phần

Cơm Sushi
- Nori

Topping
- Sashimi tươi lát, Wasabi
- Ikura (Trứng cá hồi), Tobiko (Trứng cá chuồn)
- Thịt Cua, Tôm
- Gà Teriyaki, Bánh gói Inari-zushi
- Cá ngừ và sốt Mayonnaise
- Trứng bác, trứng luộc và sốt Mayonnaise
- Bơ, Dưa Leo, Ngô

Hướng

1. Nấu cơm Sushi. Cơm sushi phải ở nhiệt độ mát hoặc nhiệt độ phòng.
2. Chuẩn bị topping
3. Cắt một tấm Sushi Nori thành 6 dải. Tấm Nori thường dài 20 cm. Khi bạn cắt nó thành 6 dải, mỗi dải sẽ có chiều rộng 3,3cm. Cắt từng dải dài 15-16 cm. Offcut có thể dùng làm topping hoặc các món ăn khác.
4. Làm những viên cơm Sushi thuôn nhỏ. Thông thường, khoảng 20g gạo được vo thành một viên, khá nhỏ. Làm phẳng hoặc làm rỗng phần trên.
5. Quấn từng quả bóng bằng dải Nori với mặt nhẵn bên ngoài, đặt lớp phủ lên trên.

SUSHI MỸ

11.   cuộn California

Thành phần
- 2 chén cơm sushi (460 g), đã nấu chín
- $\frac{1}{4}$ chén giấm gạo (60 mL)
- 4 nửa miếng sushi loại nori
- 1 muỗng cà phê hạt mè, tùy chọn
- 8 miếng cua giả
- 1 quả dưa chuột nhỏ, cắt thành que diêm
- 1 quả bơ, thái lát mỏng

Hướng

1. Nêm cơm sushi với giấm gạo, quạt và khuấy cho đến khi nhiệt độ phòng.
2. Trên một tấm thảm lăn, đặt một tấm nori với mặt thô hướng lên trên.
3. Làm ướt tay và lấy một nắm gạo đặt lên nori. Trải đều gạo khắp nori mà không làm nát gạo. Nêm cơm với một nhúm hạt vừng, nếu dùng thì lật cơm lại để nori hướng lên trên.
4. Xếp cua thành một hàng ngang cách đáy 1 inch (2,5 cm), theo sau là một hàng bơ và một hàng dưa chuột.
5. Nắm lấy cả nori và tấm thảm, cuộn tấm thảm lên phần nhân sao cho khoảng trống thừa ở phía dưới chạm vào mặt bên kia, ép xuống để cuộn thật chặt. Bóp xuống dọc đường để cuộn giấy không bị giữ nguyên hình dạng.
6. Chuyển cuộn giấy lên thớt. Chà dao lên khăn giấy ẩm trước khi cắt cuộn thành sáu phần bằng nhau.

12. Tôm cuộn tempura

Thành phần
- 1 1/2 chén cơm sushi và 2 cốc nước
- 1/4 chén giấm gạo Marukan
- tempura Batter
- 1 lb tôm lớn bóc vỏ và bỏ chỉ
- 1 8 oz. gói que cua giả
- 1 quả bơ chín nhưng không có màu nâu
- 1 quả dưa chuột Anh
- 4 oz. phô mai kem và 2 muỗng canh sốt mayonnaise
- 5 miếng rong biển nori nướng
- hạt mè đen và trắng
- thảm sushi tre
- dầu ngô để chiên ngập dầu

Hướng

1. Vo gạo khoảng 2-3 lần rồi cho vào nồi cơm điện. Nấu 1 1/2 chén cơm sushi với 2 cốc nước. Sau khi hoàn thành, chuyển nó lên một tấm nướng lớn. Dùng muôi xới cơm nhẹ nhàng cắt cơm. Múc cơm lên và lật lại. Rưới đều giấm gạo vào cơm đã nấu rồi dùng muôi xới cơm tiếp tục xới cơm cho đến khi nguội.
2. Trong lúc chờ cơm nguội, làm tempura theo gói. Trong một chảo lớn đổ dầu đến độ sâu 2 inch. Nhúng từng con tôm vào bột tempura và nấu tôm trên lửa vừa cao. Đảm bảo không nấu tôm quá chín. Chiên tôm theo mẻ trong 2-3 phút mỗi mẻ.
3. Sau khi tôm chín, đặt chúng sang một bên.
4. Băm nhuyễn cua giả rồi trộn với sốt mayonnaise. Cắt bơ và cắt dưa chuột thành từng miếng mỏng. Tôi mua phô mai kem ở dạng đóng gói. Dùng dao sắc cắt kem phô mai thành những dải dài.
5. Tiếp theo, cắt đôi từng con tôm tẩm bột tempura để có hai miếng giống hệt nhau.
6. Dùng màng bọc thực phẩm bọc tấm sushi lại và đặt một tấm nori nướng vào giữa. Làm ướt tay bằng nước và lấy một nắm gạo. Bắt đầu trải cơm lên nori, đảm bảo phủ một lớp mỏng lên toàn bộ tờ giấy. Hãy cẩn thận đừng ấn cơm quá mạnh, nếu không bạn sẽ

khiến cơm bị nát. Việc làm ướt tay liên tục sẽ thực sự hữu ích vì cơm có thể rất dính.
7. Sau khi cơm đã dàn đều, rắc một ít hạt vừng và lật rong nori lên. Ở giữa tấm nori đặt khoảng 2 muỗng canh cua giả, 2 lát dưa chuột, 2 lát bơ, 1 dải phô mai kem và 2 nửa con tôm tempura.
8. Bây giờ đây là phần khó khăn. Trong khi xoay mặt trước của nori bằng thảm sushi, hãy nén nhẹ các nguyên liệu bên trong. Tiếp tục cuộn sushi bằng thảm sushi, đảm bảo cuộn cuộn thật chặt.
9. Dùng một con dao ướt sắc, cắt từng cuộn sushi thành 8 miếng bằng nhau.

13. cuộn rồng

Thành phần
- 8 miếng tempura tôm
- 2 muỗng canh sốt Tobiko
- 2 chén cơm sushi
- 2 tờ Nori
- 2 quả bơ cỡ vừa, thái lát
- 1 quả dưa chuột cỡ vừa
- Vài giọt chanh
- Để phủ lên trên
- Mayo cay
- hạt mè đen
- nước sốt unagi

Hướng
1. Xịt một ít nước cốt chanh lên trên quả bơ để quả bơ không bị chuyển sang màu nâu.
2. Để cơm không bị dính trên mảnh tre, bạn nên phủ một tấm nilon lên trên.
3. Cắt tấm Nori làm đôi và đặt nó lên tấm thảm. Bạn có thể xé nó hoặc dùng kéo chỉ cần đảm bảo cả hai phần đều bằng nhau.
4. Làm ướt tay bằng một cốc nước hoặc giấm và bắt đầu trải cơm lên trên tấm Nori. Đừng ấn quá kỹ nếu không cơm sẽ bị dính và mất hết độ xốp.
5. Cẩn thận lật tấm lại sao cho cơm hướng vào chiếu tre.
6. Đặt tempura tôm lên tấm Nori và đặt các dải dưa chuột lên trên. Thêm Tobiko vào cạnh đối diện của Nori.
7. Nắm lấy mép dưới và với sự trợ giúp của chiếu tre, bắt đầu gấp tấm nori thật chặt lên trên phần nhân.
8. Cắt một vài miếng bơ dài và đặt nó vào cuộn như vảy rồng.
9. Đậy cuộn lại bằng một tấm nhựa. Bây giờ dùng một con dao sắc cắt 6 miếng bằng nhau càng đều càng tốt. Hãy thật nhẹ nhàng để những lát bơ không bị gãy hoặc nát.
10. Trước khi dùng, rắc một ít mayo cay, sốt Tobiko và hạt vừng đen lên trên. Bạn cũng có thể phục vụ một ít nước sốt unagi kèm theo nếu muốn.

14.   cuộn sâu bướm

Thành phần
- 1/4 chén nước tương
- 1/4 cốc rượu sake
- 1/4 cốc đường
- 1 mẻ cơm sushi đã chuẩn bị sẵn
- 2 gói sunagi (cắt thành dải 1/2 inch)
- 2 quả bơ (cắt đôi, gọt vỏ, bỏ hạt và thái lát)
- 1 quả dưa chuột nóng (loại bỏ hạt bằng thìa và thái hạt lựu)
- 1 gói nori không gia vị

Hướng
1. Làm nước sốt kabayaki bằng cách thêm nước tương, rượu sake và đường vào chảo nhỏ rồi đun sôi cho đến khi phần lớn chất lỏng bay hơi hết và hỗn hợp đặc và có dạng siro.
2. Bạn sẽ cuộn bánh cuộn với cơm ở bên ngoài, vì vậy bạn cần bọc makisu (thảm tre) bằng màng bọc thực phẩm để cơm không bị dính. Chuẩn bị một bát nước nhỏ để nhúng ngón tay vào cho cơm không bị dính.
3. Cẩn thận gấp nori của bạn làm đôi, nếu nori còn tươi, nó sẽ dễ dàng tách đôi dọc theo nếp gấp và tạo thành hai mảnh 3,75 inch x 8 inch. Nếu nó không dễ tách ra, hãy dùng kéo để cắt nori làm đôi.
4. Đặt một miếng nori xuống đáy tấm thảm. Làm ướt nhẹ ngón tay bằng nước, sau đó thêm một lượng nhỏ gạo vào nori.
5. Đảm bảo ngón tay của bạn ẩm, sau đó dùng đầu ngón tay nhẹ nhàng trải cơm ra các mép của nori thành một lớp mỏng đều. Đừng dùng lực quá mạnh, nếu không bạn sẽ khiến các hạt gạo bị nghiền nát.
6. Lật cơm và nori lên để cơm úp xuống và nori hướng lên trên. Đặt một số dưa chuột dọc theo mép dưới của nori, sau đó đặt unagi lên trên.
7. Nhét ngón tay cái của bạn vào dưới mảnh tre, sau đó dùng ngón tay còn lại để giữ miếng trám vào đúng vị trí. Cuộn tấm thảm lên trên phần nhân.

8. Khi tấm thảm đã quấn hết cuộn, bạn sẽ cần tiếp tục cuộn bằng một tay, đồng thời dùng tay kia nhấc tấm thảm ra khỏi đường để bạn không cuộn nó vào món sushi của mình.
9. Sau khi Cuộn bánh xích được cuộn hoàn toàn, hãy dùng ngón tay ôm chặt toàn bộ cuộn bánh. Điều này sẽ nén cơm lại, giúp cơm không bị nát khi bạn thái lát.
10. Trải các lát bơ lên trên cuộn sao cho mỗi lát bơ mỏng chồng lên nhau.
11. Dùng chiếu tre quấn cuộn bánh lại và ôm thêm một lần nữa.
12. Chuyển cuộn Caterpillar đã hoàn thành ra thớt và dùng một con dao dài sắc (tốt nhất là dao làm sushi) để cắt cuộn cuộn thành 8 miếng. Bắt đầu cắt cuộn bằng cách đặt cạnh sau của con dao lên cuộn và kéo con dao về phía bạn, dùng trọng lượng của con dao để cắt qua cuộn.

15. Cuộn cầu vồng

Thành phần:
- 2 chén cơm sushi.
- 2-3 tấm nori
- một phần nhỏ của:
- Cá hồi/Cá ngừ/Biển căn cứ
- Trái bơ
- Quả dưa chuột
- Hành lá (măng hành tây).
- cầu vồng

Hướng

Chuẩn bị topping

1. Cắt ba loại cá thành những lát mỏng và đều. Độ dày đề xuất là 0,5 cm (khoảng 1/4 inch). Bạn có thể tạo những lát bánh dài và rộng rồi phủ toàn bộ cuộn bánh – hoặc những lát bánh nhỏ hơn để chỉ phủ phần trên cùng của cuộn bánh.

Chuẩn bị nhân và cán

1. Cắt dưa chuột thành những thanh dài mỏng. Nó phải mỏng nhất có thể và dài bằng một cuộn hoặc nửa cuộn nếu dưa chuột quá nhỏ. Hành lá nên thái nhỏ hoặc thái mỏng.
2. Cắt nori làm đôi và phủ cơm lên trên. Lật nori để cuộn I/O và đặt nhân lên trên nori. Sử dụng bao nhiêu nhân tùy thích, miễn là bạn có thể đóng cuộn sushi lại.

Phủ các lớp phủ bên trên

1. Xếp các lát bánh lên trên cuộn sao cho mỗi lớp phủ chiếm 1/4 chiều dài cuộn.
2. Đối với quả bơ – Dùng dụng cụ gọt vỏ rau để gọt những lát bơ mỏng và đặt chúng trực tiếp lên cuộn để che phần còn lại. Sử dụng bơ ngay sau khi gọt vỏ; sẽ khó nhặt nó lên hơn sau khi bạn đặt vỏ xuống!
3. Dùng chiếu tre quấn băng dính Saran để buộc chặt phần nhân vào cuộn. Nhấn mạnh trong vài giây để có kết quả tốt nhất.

16. Bánh cuộn Philadelphia

Thành phần

- 2 chén cơm sushi (460 g)
- ¼ chén giấm gạo (60 mL)
- 4 nửa miếng sushi loại nori
- 4 oz. cá hồi hun khói (115 g)
- 4 oz. phô mai kem (115 g), cắt thành que diêm
- 1 quả dưa chuột nhỏ, cắt thành que diêm

Hướng

1. Nêm cơm sushi với giấm gạo, quạt và khuấy cho đến khi nhiệt độ phòng.
2. Trên thảm lăn đặt một tấm nori với mặt thô hướng lên trên.
3. Làm ướt tay và lấy một nắm gạo đặt lên nori. Trải đều cơm khắp nori mà không đập gạo xuống.
4. Xếp cá hồi hun khói, phô mai kem và dưa chuột thành một hàng ngang cách đáy 1 inch (2 cm).
5. Nắm lấy cả nori và tấm thảm, cuộn tấm thảm lên phần nhân sao cho khoảng trống thừa ở phía dưới chạm vào mặt bên kia, ép xuống để cuộn thật chặt. Bóp xuống dọc đường để cuộn giấy không bị giữ nguyên hình dạng.
6. Chuyển cuộn giấy lên thớt. Chà dao lên khăn giấy ẩm trước khi cắt cuộn thành sáu phần bằng nhau.

17. Rau cuộn

Nguyên liệu làm cơm:
- 3 chén gạo Nhật hạt ngắn, vo sạch
- 1/3 chén giấm gạo
- 3 thìa đường
- Muối

Nguyên liệu làm món cuộn:
- 10 tấm nori (rong biển khô), chia đôi
- Hạt mè, để rắc
- 1 quả dưa chuột
- 1 quả bơ
- 1 quả cà chua mận, bỏ hạt
- 1 củ hành đỏ nhỏ
- 20 ngọn măng tây, cắt tỉa và chần
- Bột wasabi, để phết và phục vụ
- 1 trái tim xà lách romaine
- Gừng ngâm, để phục vụ

Hướng

1. Làm cơm. Cho gạo và 3 1/4 cốc nước vào nồi cơm điện và nấu theo hướng dẫn của nhà sản xuất. Gấp trong giấm.
2. Cho giấm, đường và 1 thìa muối vào nồi trên lửa vừa, khuấy đều cho đường tan. Chuyển cơm đã nấu chín vào tô gỗ lớn (theo truyền thống là chậu gỗ). Rưới một phần tư hỗn hợp giấm lên thìa gỗ hoặc thìa lên cơm. Dùng thìa gấp cơm nhẹ nhàng để cơm nguội và bẻ vụn. Đổ hỗn hợp giấm còn lại vào và để cơm trong 5 phút. Trải cơm.
3. Dùng màng bọc thực phẩm bọc một tấm sushi bằng tre. Đặt một nửa tấm nori lên trên tấm thảm. Làm ấm tay và múc một nắm gạo to hơn quả chanh một chút vào nori. Nhấn cơm để trải đều lên các cạnh của nori, làm ấm ngón tay của bạn khi bạn di chuyển. Rắc hạt mè.
4. Chuẩn bị rau. Gọt vỏ dưa chuột và cắt thành que diêm.
5. Cắt lát mỏng quả bơ, cà chua và hành đỏ; gọt bỏ phần đầu cứng của măng tây. Thêm nhân vào. Cẩn thận lật miếng nori sao cho mặt cơm úp xuống tấm thảm với đầu ngắn hướng về phía bạn. Rải

một chút mù tạt thành một đường khoảng 1/3 đường lên miếng nori - nó cay nên hãy sử dụng tiết kiệm.

6. Xếp từng miếng rau diếp, dưa chuột, bơ, cà chua và hành tây thành một đống dày đặc ở phần dưới của tờ giấy.
7. Cuộn sushi. Dùng tay cuộn miếng sushi ra xa, nhét rau vào khi cuộn. Lấy tấm thảm ra khỏi cuộn và đặt nó lên trên. Nhấn cuộn thành một khúc gỗ hình chữ nhật nhỏ gọn, sử dụng tấm thảm để hỗ trợ bạn. Cắt cuộn. Cắt cuộn sushi thành 4 đến 6 miếng. Lặp lại với nori, gạo và rau còn lại. Ăn kèm gừng ngâm và thêm wasabi.

18. cuộn hoa

Thành phần
- cá ngừ 8 miếng; loại sushi, thái lát, độ dày tùy theo sở thích của bạn
- 1/3 quả bơ; cắt lát
- cá hồi 4 miếng; lớp sushi
- 1/4 cốc cua; Gói cua làm sẵn hoặc cua giả
- 1 tấm rong biển; nori, khô, dày dạn
- 1/3 chén cơm; Cơm Sushi dẻo, nêm với giấm gạo
- Con lăn tre
- Saran bọc; lớn hơn một chút so với rong biển nori của bạn
- Dao; sắc; không có răng cưa

Hướng
1. Trải cơm lên mặt thô của rong biển nori. Chỉ che 1/2 đến 2/3 tờ giấy. Lật rong biển lên, úp cơm xuống ống tre và bọc saran. Giữ rong biển với 1/3 mặt 'không cơm' gần bạn nhất.
2. Đặt bơ, thịt cua, cá hồi và bất kỳ loại rau thái lát mỏng nào khác theo sở thích của bạn. Cuộn chặt sushi lại, tạo miếng tròn trước. Đặt các miếng cá ngừ đỏ của bạn lên trên cuộn và tạo khuôn một lần nữa bằng chiếu tre.
3. Sau khi miếng cá đã được cố định ở phía trên khúc sushi tròn, bạn có thể bắt đầu dùng mảnh tre để tạo thành những miếng hình nêm, kẹp một cạnh của mép tròn thành một điểm.
4. Cắt thành 10 mảnh và bạn sẽ có thể tạo ra hai bông hoa anh đào gồm 5 mảnh. Nếu bạn có một con dao đủ sắc, bạn có thể cắt được 12 miếng. Nếu bạn không có một con dao sắc. Sử dụng màng bọc saran để cắt sushi.

19. cuộn xoài

Thành phần
- 1 quả xoài chín
- 4 con tôm tempura
- 1/4 quả bơ Hass
- 2 chén cơm sushi đã nấu chín và nêm gia vị
- 2 nori

Hướng
1. Chuẩn bị tôm tempura.
2. Cắt bơ thành dải dài.
3. Cuộn bơ và tôm tempura với cơm và nori theo kiểu uramaki.
4. Dùng đàn mandolin, dụng cụ gọt vỏ hoặc dao sắc để cắt xoài thành những lát mỏng và dài.
5. Chuẩn bị sẵn hai màng bọc thực phẩm (kích thước bằng tấm thảm lăn) trên bề mặt phẳng.
6. Xếp lát xoài lên màng bọc thực phẩm để lấp đầy diện tích hình chữ nhật khoảng 7 inch x 2 inch.
7. Đặt cuộn sushi từ trong ra ngoài trực tiếp lên trên các lát xoài.
8. Bây giờ vừa cuộn vừa nhấc màng bọc thực phẩm lên phủ kín, lúc này bạn cuộn sẽ có một lớp xoài bọc đều đẹp mắt.
9. Giữ miếng nhựa cho đến khi cắt để có hình dạng đẹp hơn, lặp lại cho cuộn tiếp theo.
10. Khi bạn đã sẵn sàng phục vụ, hãy dùng một con dao sắc để cắt, sau đó nhẹ nhàng gỡ từng miếng ra khỏi màng bọc thực phẩm.
11. Rắc chút sốt xoài và dùng ngay.

20. Cuộn nhện Jumbo

Thành phần
- Tôi gói tờ giấy rong biển lớn
- 2 chén cơm sushi
- Muối
- Cua lột
- Bột tự nổi
- Dầu ăn
- Dưa chuột thái hạt lựu
- Thư Romaine - rách
- dán wasabi
- Gừng ngâm
- Xì dầu
- Nước sốt sushi

Hướng
1. Bắt đầu bằng cách rửa 2 chén cơm sushi dưới nước lạnh. Tôi nhắc lại X3 này. Tiếp theo nấu cơm theo gói với muối. Để qua một bên
2. Thêm vỏ mềm vào bột và chiên trong dầu ăn cho đến khi giòn. Loại bỏ dầu mỡ và xả trên khăn giấy. Để qua một bên.
3. Tiếp theo, thái sợi dưa chuột và xé Romaine thành từng dải lớn. Lấy một tờ giấy rong biển ra và dùng tay ướt phết hết cơm sushi... chừa lại khoảng 1/2 inch không có cơm.
4. Thêm romaine, dưa chuột và cuối cùng là cua vỏ mềm gần phía trên tờ giấy rong biển. Và bắt đầu cuộn. Sau khi cuộn, hãy sử dụng thảm sushi để tạo hình chắc chắn nhưng nhẹ nhàng cho cuộn cuộn nằm bên dưới và bạn tạo hình cho nó.
5. Tháo tấm cán và cắt bằng dao định hình... con dao của tôi đi kèm với bộ sản phẩm.
6. Rưới nước sốt sushi. Thưởng thức cùng mù tạt, gừng ngâm và nước tương.

21. cuộn thuốc nổ

Thành phần
- cơm sushi
- rong biển
- mayonaise
- trứng cá muối/tobiko (trứng cá chuồn)
- cua giả
- lươn teriyaki
- cá hồi
- sốt Teriyaki

Hướng
1. Thu thập các mục từ danh sách các thành phần.
2. Đặt màng bọc Saran quanh tấm thảm cuộn sushi. Điều này sẽ giúp cơm không bị dính vào chiếu.
3. Nhúng tay vào nước sạch để tay không dính vào cơm hay bất kỳ nguyên liệu nào khác.
4. Trải một miếng rong biển lên chiếu. Sau đó đặt một ít cơm lên trên rong biển và cẩn thận trải đều khắp rong biển.
5. Lật rong biển chứa cơm sao cho mặt trần của rong biển sẽ ở trên. Cho các nguyên liệu còn lại vào giữa miếng rong biển, trừ cá hồi và sốt mayonnaise. Hãy nhớ để lại một ít tobiko để sử dụng sau.
6. Cuộn cơm, rong biển và mọi thứ trong đó bằng chiếu. Dùng mành tre ấn mạnh hơn để không bị bung ra.
7. Phủ một lớp sốt mayonnaise dài và mỏng lên trên cuộn sushi.
8. Cắt một lát cá hồi mỏng nhưng dài và đặt lên trên sốt mayonnaise.
9. Thêm một lớp sốt mayonnaise khác lên trên cá hồi. Rắc một ít tobiko.
10. Nếu cá hồi chưa chín, hãy cho vào lò nướng và để yên cho đến khi đạt được lượng nhiệt mong muốn cho cá hồi. Hoặc nếu bạn thích như vậy, hãy bắt đầu cắt và chia thành từng phần rồi chuyển sang bước tiếp theo.
11. Khi nem đã chín đến thời gian mong muốn, bạn lấy ra khỏi lò và cắt nem thành những miếng bằng nhau rồi rưới thêm một ít sốt teriyaki lên nem nếu muốn. Ngoài ra, bạn có thể thưởng thức cuộn thuốc nổ.

22. cuộn núi lửa

Thành phần

Đối với các cuộn:
- 1 chén cơm sushi đã nấu chín
- 1-2 thìa cà phê giấm gạo
- 2 tấm rong biển nori
- 4-6 cọng hành lá cộng thêm để trang trí
- 1/4 quả dưa chuột Anh, gọt vỏ và thái lát
- 2 TABLES kem phô mai tùy chọn
- 1 thìa canh hạt vừng rang tùy chọn

Đỉnh núi lửa: chọn 1
- 8 con tôm cỡ lớn (sống, rã đông và làm sạch/bỏ ruột)
- 4 ounce cá hồi sống
- 4 ounce sò điệp sống hoặc sò biển

Nước sốt cay núi lửa:
- 2/3 cốc mayo chất lượng
- 2 thìa tương Sriracha
- đánh đều và điều chỉnh gia vị/nhiệt khi cần thiết

Hướng

1. Làm nóng lò nướng hoặc lò nướng bánh mì của bạn ở nhiệt độ 350 độ F.
2. Nấu cơm sushi của bạn và để yên, đậy nắp trong 10 phút. Chuyển sang tô và thêm giấm gạo đã nêm gia vị. Xới bằng nĩa và để nguội.
3. Trong khi nấu cơm, tôi thích bắt đầu với lớp phủ núi lửa cay.
4. Cắt tôm sống, sò điệp hoặc cá hồi thành từng miếng nhỏ và trộn với nước sốt núi lửa.
5. Đổ hỗn hợp lên một tờ giấy nhôm hình vuông cỡ vừa và cuộn các cạnh lại một chút để tránh bị đổ.
6. Nướng khoảng 15 phút hoặc cho đến khi hải sản có màu đục và chín hoàn toàn. Thời gian nướng có thể thay đổi một chút nhưng sẽ không mất nhiều thời gian. Vì tôm mất nhiều thời gian hơn để nấu nên tôi khuyên bạn nên xào tôm trên bếp cho đến khi tôm gần chín hoàn toàn rồi cho vào lò nướng với nước sốt. Tổng số tiết kiệm thời gian!

7. Trong khi nướng hải sản, hãy lót một tấm tre bằng màng bọc thực phẩm và phủ một tấm nori lên trên.
8. Cắt dưa chuột thành từng dải mỏng (tôi thích bỏ hạt ở giữa trước khi cắt), cuộn kem phô mai thành hai dải mỏng và cắt bỏ phần đầu của hành lá.
9. Dùng thìa hoặc dụng cụ khác trải cơm mỏng lên tấm rong biển rồi xếp dưa chuột, phô mai kem và hành lá thành ba hàng nhỏ gọn ở cuối hình vuông rong biển, phía trên cơm.
10. Cuộn, cắt lát và rắc hạt vừng!
11. Bây giờ, phần trên cùng của ngọn núi lửa màu cam rực lửa của bạn đã sẵn sàng.

23. cuộn Alaska

4 phần ăn
Thành phần
Đối với cuộn:
- 1 (8 ounce) gói phô mai kem, làm mềm
- ½ thìa cà phê bột hành
- ½ thìa cà phê muối kosher
- 4 tờ nori
- ½ quả dưa chuột, cạo mỏng
- 12 oz. lox, chia

Đối với Sriracha Aioli:
- 3 muỗng canh Aioli cổ điển
- 2 muỗng cà phê sốt Sriracha

Hướng:
1. Trong một bát nhỏ, sử dụng máy trộn cầm tay để trộn phô mai kem, bột hành và muối.
2. Đặt một tấm nori lên tấm lót sushi hoặc một mảnh giấy da. Xếp nó theo chiều ngang, cách mép gần bạn nhất 1 inch, với 2 ounce hỗn hợp phô mai kem, 2 miếng dưa chuột cạo râu và 3 ounce lox. Cuộn sushi lại, sử dụng chiếu hoặc giấy da để hướng dẫn, đảm bảo rằng chiếu hoặc giấy da không cuộn vào bên trong cuộn sushi. Lặp lại với các nguyên liệu còn lại, tạo thành tổng cộng 4 cuộn. Đặt cuộn sushi sang một bên.
3. Trong một cái bát nhỏ, đánh đều aioli và Sriracha.
4. Cắt mỗi cuộn sushi thành 8 miếng và dùng kèm với aioli Sriracha. Bảo quản cuộn sushi và aioli trong hộp kín riêng biệt trong tủ lạnh tối đa 4 ngày.

24. măng tây cuộn

Thành phần
- Vài ngọn măng tây
- dầu mè
- Xì dầu
- Cơm sushi nấu chín
- Giấy gói sushi bằng đậu nành hoặc Nori
- Cá hồi xông khói
- phô mai kem Hy Lạp
- Tương ớt cay
- Hành lá xắt nhỏ
- Hạt mè đen

Hướng

1. Làm nóng lò ở nhiệt độ 400 F. Đặt các ngọn giáo măng tây lên một khay nướng nhỏ, rưới khoảng một thìa cà phê dầu mè lên trên và đảo nhẹ nhàng để phủ một lớp dầu nhẹ lên các ngọn giáo. Rưới một ít nước tương lên măng tây. Nướng măng tây trong khoảng 10 - 15 phút hoặc cho đến khi măng tây mềm và giòn.

2. Khi măng tây chín, đặt một tấm nori, mặt bóng xuống, trên tấm nướng bằng tre hoặc silicon. Phủ cơm sushi lên nori, phủ hoàn toàn nori. Nhúng ngón tay vào nước để cơm không bị dính. Nhấn cơm xuống nori để tạo thành một lớp mỏng. Làm ướt ngón tay một lần nữa rồi dùng nước làm ướt phần cơm bên trên một chút. Rắc hạt vừng lên, sau đó lật nori lên để nori ở trên.

3. Tạo một dải nhân khoảng 1/3 dọc theo tấm nori. Một dải cá hồi hun khói, một sọc măng tây, một ít cà rốt que diêm, sau đó là một chút sốt sriracha và một dải phô mai kem. Rắc hành lá lên sọc. Vì đây là món cuộn "từ trong ra ngoài" nên bạn có thể dùng nhiều nhân hơn một chút so với món sushi có nori bên trong.

4. Cuộn sushi bằng cách gấp tấm thảm và tấm nori/cơm lên trên rồi ấn xuống về phía bạn, sau đó từ từ cuộn phần còn lại của cuộn, ấn để tạo thành hình trụ đẹp mắt.

5. Dùng một con dao ướt và rất sắc, cắt sushi thành những lát dày 1/2 - 3/4 inch. Lặp lại như mong muốn. Ăn kèm wasabi, gừng ngâm và thêm sriracha cho những ai thích ăn nóng.

25. Bánh cuộn Boston

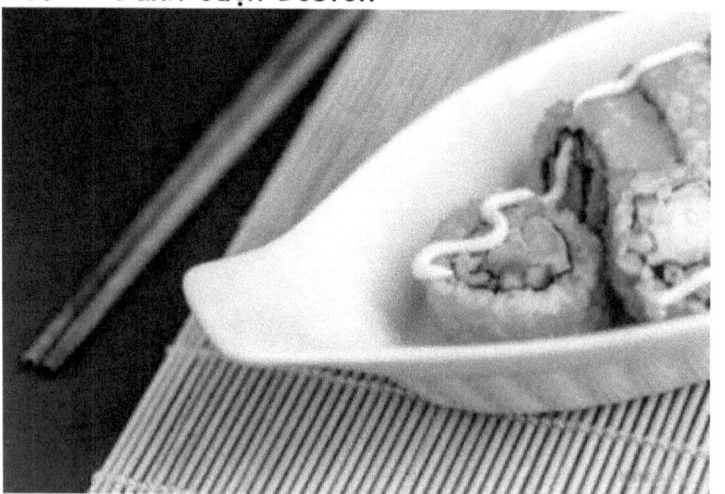

Thành phần

Đối với cơm Sushi
- 1 chén cơm sushi cơm sushi hạt ngắn
- 1 ly nước
- 1 ½ thìa giấm sushi (tùy chọn) hoặc trộn 1 thìa giấm gạo, 1/2 thìa đường và 1/2 thìa cà phê muối
- Đối với Sushi Boston
- 3-6 muỗng canh tobiko (hoặc masago)
- 6 oz. con tôm
- 1/2 quả dưa chuột cắt thành dải ½ inch
- 2 tấm rong biển nori
- 2 quả bơ chín nhưng vẫn cứng
- Tùy chọn để phục vụ:
- xì dầu
- dán mù tạt

Hướng

1. Nấu cơm Sushi: Vo sạch gạo và cho vào nồi cơm điện cùng với nước. Sau khi nấu chín, chuyển vào tô lớn và để nguội một chút. Khi nó còn ấm, cho giấm sushi (hoặc hỗn hợp giấm gạo, đường và muối) vào và trộn đều.
2. Luộc tôm: Đun sôi một nồi nước, sau đó rắc một chút muối. Thêm tôm vào, đậy nắp nồi và tắt bếp. Để yên cho đến khi tôm chín, khoảng 3-5 phút. Chuyển tôm luộc vào tô nước đá để dừng quá trình nấu. Xả tôm, bóc vỏ và bỏ đuôi.
3. Làm món Sushi cuộn Boston: Trải chiếu tre với một miếng màng bọc thực phẩm lên trên (điều này sẽ giúp việc dọn dẹp dễ dàng hơn và tránh cơm dính vào tre).
4. Gấp các tấm nori làm đôi và dùng kéo tách chúng ra.
5. Đặt một nửa nori về phía dưới tấm thảm.
6. Đặt một nửa tấm nori lên trên tấm chiếu tre.

7. Làm ướt nhẹ tay và lấy khoảng 3/4 chén cơm đã nấu chín. Nhẹ nhàng trải cơm ra các mép theo một lớp mỏng đều. Đừng dùng lực quá mạnh, nếu không bạn sẽ làm cơm bị nhão.
8. Trải cơm lên trên tấm nori.
9. Lật cơm và nori lên để cơm ở dưới và nori hướng lên trên.
10. Đặt tôm, bơ và dưa chuột lên trên nori. Đảm bảo không thêm quá nhiều nhân, nếu không cuộn của bạn sẽ không được gói kín.
11. Thêm tôm luộc, bơ và dưa chuột lên trên tấm nori.
12. Đặt ngón tay cái bên dưới mành tre và nhấc mép lên trên phần nhân.
13. Cuộn chiếc chiếu tre ra xa bạn và dùng một lực nhẹ để thắt chặt nó lại. Tiếp tục lăn cho đến khi các đầu gặp nhau.
14. Lấy mành tre ra và trải tobiko lên trên cuộn.
15. Thêm tobiko vào cuộn sushi.
16. Đặt màng bọc thực phẩm lên trên và phủ tấm sushi lên. Bóp nhẹ để ấn tobiko xung quanh cuộn.
17. Đặt một miếng bọc nhựa lên trên tobiko.
18. Tháo chiếu tre trong khi vẫn giữ lại màng bọc thực phẩm. Cắt cuộn thành 8 miếng vừa ăn. Tháo bọc nhựa ra khỏi mỗi miếng. Phục vụ và thưởng thức!

26. Cuốn giòn

Cho 2 phần ăn

Thành phần

- 2 cốc nước (480 mL)
- 1 muỗng cà phê muối kosher, và nhiều hơn nữa để nếm thử
- 1 chén cơm sushi (200 g), vo sạch cho đến khi nước trong
- 1 thìa đường
- $\frac{1}{4}$ chén giấm gạo (60 mL)
- 1 muỗng canh dầu hạt cải
- ⅓ vụn bánh mì panko (15 g)
- $\frac{1}{2}$ thìa cà phê tiêu, cộng thêm tùy khẩu vị
- $\frac{1}{4}$ cốc sốt mayonnaise (60 g)
- 1 muỗng canh tương ớt
- 16 oz. cua (455 g), 2 lon, để ráo nước
- 1 quả dưa chuột Ba Tư, thái lát mỏng
- 4 củ cải, thái lát mỏng
- 2 muỗng canh nori, thái lát mỏng
- 1 bó hành lá, thái mỏng theo chiều ngang
- 1 muỗng canh hạt vừng
- 2 thìa gừng ngâm
- 1 quả bơ, thái hạt lựu

Hướng

1. Trong một chiếc nồi nhỏ, nêm nước với một chút muối. Đun sôi với lửa lớn. Thêm gạo đã vo sạch và đun sôi lại. Đậy nắp, giảm nhiệt để đun nhỏ lửa và nấu trong 20 phút cho đến khi nước ngấm và gạo mềm.
2. Trong một bát nhỏ, khuấy đều đường, muối và giấm gạo. Cho vào lò vi sóng trong 2 phút hoặc cho đến khi đường tan.
3. Chuyển cơm đã nấu chín vào tô vừa và đổ hỗn hợp giấm lên trên, sau đó dùng thìa gỗ khuấy đều.
4. Đun nóng dầu hạt cải trong chảo vừa trên lửa vừa cao. Khi dầu bắt đầu sủi bọt, thêm panko vào và nấu, khuấy thường xuyên cho đến khi có màu vàng nâu, khoảng 1-2 phút. Nêm muối và hạt tiêu rồi tắt bếp.
5. Trong một bát nhỏ, khuấy đều sốt mayonnaise và Sriracha cho đến khi mịn.
6. Để xếp các bát lại, chia cơm đã trộn vào 2 bát ăn. Phủ cua, panko giòn, dưa chuột, củ cải, nori, hành lá, hạt vừng, gừng ngâm và bơ. Rưới sốt mayonnaise Sriracha lên trên.
7. Thưởng thức!

27. cuộn Hawaii

Thành phần

- 1 gói Đậu phụ gừng ngọt vạc, để ráo nước (giữ nước xốt) và cắt lát dọc
- 1 quả bơ, thái lát dọc
- ¼ quả dứa, thái lát dọc
- 1 quả ớt đỏ, bỏ hạt
- 1-2 củ hành
- 1 củ cà rốt, thái lát thật mỏng
- 2 muỗng canh dừa nạo sấy
- 4 tấm rong biển nori

Đối với gạo:
- 250g cơm sushi, vo sạch bằng nước lạnh
- 2 muỗng canh giấm rượu gạo
- 1 thìa cà phê đường

Đối với salsa xoài:
- ½ quả xoài, thái hạt lựu
- 1 củ hành lá, thái nhỏ
- 1 quả ớt đỏ, bỏ hạt và thái lát mỏng
- 1 muỗng canh bạc hà/rau mùi xắt nhỏ
- ½ quả chanh, ép lấy nước

Đối với nước chấm:
- Đậu hủ gừng ngọt vạc ướp
- 2 thìa nước ép yuzu
- 1 thìa cà phê nước tương

Hướng

1. Cho gạo vào nồi với nước lạnh và khuấy đều cho đến khi nước đục. Xả và lặp lại 3-5 lần cho đến khi nước trong, để ngâm trong 30 phút.
2. Làm nóng chảo nướng trên lửa vừa và phết dầu đậu phụ, dứa và bơ sau đó nướng trong 5 phút cho mỗi mặt hoặc cho đến khi chín vàng, đặt sang một bên.
3. Nướng dừa trên chảo khô trên lửa vừa cho đến khi vàng đều, đặt sang một bên.

4. Gạo để ráo nước, thêm 390ml nước sạch rồi đậy nắp, đun sôi ở lửa lớn, chú ý không mở nắp.
5. Giảm nhiệt và đun nhỏ lửa trong 15 phút, sau đó tắt bếp và để hấp trong 15 phút, để nguyên nắp.
6. Trong khi đó, thái nhuyễn xoài, ớt, hành lá, rau thơm rồi cho vào nước cốt chanh rồi để sang một bên.
7. Khuấy nước xốt đậu phụ, nước ép yuzu và nước tương với nhau rồi để sang một bên.
8. Trộn đều giấm rượu gạo và đường, sau đó cẩn thận khuấy đều cơm đã nấu chín bằng muôi/thìa gỗ.
9. Dùng màng bọc thực phẩm bọc sushi bằng tre, sau đó làm ướt tay rồi dùng khăn ẩm bọc lại rồi ấn cơm lên trên thành hình chữ nhật dày 1cm. Đặt tấm nori lên trên và tạo hình cho gạo vừa với bên dưới, đảm bảo ít nhất 2cm gạo phía trên nori ở mép trên.
10. Dành một ít để trang trí, xếp đậu phụ, dứa, bơ, ớt, hành lá và cà rốt theo chiều ngang cách mép dưới của nori 2cm.
11. Nhấc mép dưới của tấm thảm bằng ngón tay cái và dùng ngón tay ấn vào phần nhân, cuộn cạnh dưới lên trên phần nhân, đảm bảo rằng màng dính và tấm lót không bị nhét vào trong.
12. Cuộn sushi cho thật chặt sau đó loại bỏ lớp màng và phủ đậu phụ, bơ và dứa còn lại lên trên trước khi cắt cẩn thận bằng một con dao ướt sắc bén và dùng kèm với dừa nướng, salsa xoài và nước chấm

28. Cuộn Las Vegas

THÀNH PHẦN
- 1 quả ớt jalapeno
- 1/4 quả bơ Hass
- 4 oz. cá hồi tươi
- 2 tấm nori
- 1 - 1 1/2 chén cơm sushi dày dạn
- 2 muỗng canh Kewpie mayo
- 1 chén bột tempura và dầu để chiên

HƯỚNG
1. Rửa sạch và cắt ớt jalapeno làm đôi dọc theo chiều dài để loại bỏ hết hạt (dưới vòi nước chảy để tránh nóng).
2. Cắt jalapeno thành dải dài mỏng.
3. Cắt bơ thành dải mỏng dài.
4. Cắt cá hồi thành que dài
5. Chuẩn bị bột tempura lạnh kiểu Nhật.
6. Phủ và chiên jalapeno, sau đó đặt sang một bên.

cuộn sushi

7. Xem hướng dẫn chi tiết kèm theo video cách cuộn maki sushi hoặc nói một cách đơn giản là chỉ cần trải từng tấm nori lên chiếu tre trên một mặt phẳng.
8. Sử dụng khoảng 2/3 mỗi tờ nori và 1/2 đến 3/4 chén cơm sushi cho mỗi cuộn. Chỉ cần gấp tấm nori theo chiều dài mong muốn và xé nó ra.
9. Trải đều cơm sushi lên bề mặt nori.
10. Sắp xếp tất cả các loại nhân: tempura jalapeno, cá hồi, bơ và rưới một ít Kewpie mayo. Hãy nhớ bôi nhẹ mayo và chừa lại 1/2 inch ở cả hai đầu. Làm như vậy sẽ ngăn mayo chảy ra khi bạn cuộn.
11. Nhanh chóng nhấc, che, giữ, ấn và cuộn chúng đi.
12. Cuối cùng, nhúng từng cuộn vào bột tempura rồi chiên ngập dầu trên dầu nóng trong 1-3 phút hoặc cho đến khi có độ giòn mong muốn.
13. Để chúng trên giấy da để chảy bớt dầu thừa trước khi cắt thành từng miếng vừa ăn.

29. Vua Sư Tử Cuộn

Thành phần
- 8 oz cá hồi
- 5 muỗng canh Mayo cay
- 1 muỗng canh Kewpie Mayo
- 2 muỗng canh nước sốt Unagi
- 2 thìa canh trứng cá tobiko/masago
- 2 thìa canh hành lá - thái nhỏ
- 2 tờ nori
- 1/4 quả bơ vừa
- 1/2 quả dưa chuột nhỏ/bé
- 2 -4 miếng kani/surimi hoặc 4 oz. thịt cua nấu chín
- 1 chén cơm sushi đã nấu chín và nêm gia vị
- 1-2 muỗng canh giấm để làm ướt tay
- Gừng ngâm làm đồ trang trí

Hướng

Cắt lát
1. Bơ - cắt dọc theo chiều dài của nó
2. Dưa chuột - bỏ hạt, cắt lát mỏng dọc theo chiều dài của nó
3. Hành lá - thái nhỏ
4. Cá hồi - thái mỏng theo góc nghiêng 45 độ (nếu có thể)
5. Nori - gấp và xé/cắt nếu muốn cuộn nhỏ hơn
6. Cua - cắt thành sợi dài mỏng và trộn với 1 muỗng canh sốt mayonnaise

Cuộn
1. Bắt đầu bằng cách gói chiếu tre bằng màng bọc thực phẩm.
2. Chuẩn bị một chiếc bát nhỏ đựng 2 thìa giấm và nước để bạn có thể làm ướt tay để tránh bị dính.
3. Đặt nori, mặt nhẵn, hướng xuống dưới, lên tấm tre đã phủ kín.
4. Làm ướt tay bằng dung dịch giấm rồi vốt vài nắm cơm lên nori.
5. Nhẹ nhàng nhào và trải cơm ra toàn bộ bề mặt nori, không tạo bọt.
6. Trải cơm
7. Lật ngược nori (tức là mặt phủ cơm bây giờ úp xuống nhựa).
8. Lật ngược nori

9. Múc một thìa cua mayo lên nori dọc theo chiều dài của nó, sau đó thêm dưa chuột và bơ.
10.   Thêm mayo-cua, dưa chuột và bơ
11. Bây giờ cuộn với tấm thảm lăn, điều này sẽ tạo ra một cuộn California cay từ trong ra ngoài.

cuộn sushi
1. Xếp sashimi cá hồi lên cuộn California sao cho phủ kín toàn bộ chiều dài.
2. Nhẹ nhàng cuộn màng bọc thực phẩm để định hình chúng vào đúng vị trí.
3. Đặt cá hồi lên trên và cuộn

Nướng
1. Làm nóng lò ở nhiệt độ 400F
2. Khi vẫn còn nhựa, hãy dùng dao sắc để cắt cuộn bánh thành từng miếng đều nhau.
3. Cắt cuộn
4. Cẩn thận tháo từng miếng và sắp xếp chúng trên giấy bạc đã chuẩn bị sẵn, mặt cá hồi hướng lên trên.
5. Mở gói và đặt vào giấy bạc
6. Trộn mayo cay, sốt unagi và 1 muỗng canh tobiko.
7. Đổ lượng sốt mayo cay và unagi vừa đủ phủ kín cuộn bánh.
8. Mayo cay và sốt unagi phủ lên cuộn bánh
9. Gấp giấy bạc 4 mặt xung quanh cuộn để tránh nước sốt chảy ra ngoài.
10.   Nướng/nướng trong khoảng 5 phút rồi đổ nước sốt còn lại vào.
11. Nướng thêm 3 phút nữa cho đến khi mayo bắt đầu sủi bọt trở lại.
12.   Rắc một ít tobiko, hành lá lên trên và dùng ngay với đồ trang trí.

30. Tôm hùm cuộn

Thành phần
- 1/2 chén Langostine Tails (chúng tôi sử dụng đông lạnh)
- 1 tờ giấy đậu nành (3×7 inch)
- 1 thìa canh trứng Capelin (Masago)
- 1/4 dưa chuột
- 1/4 quả bơ
- 2 muỗng canh Kewpie Mayo

Hướng
1. Nếu đông lạnh, hãy rã đông đuôi Langostine và vắt hết nước. Cắt nhỏ đuôi Langostine thành khối 1/4 x 1/4 inch và cho vào tô trộn nhỏ.
2. Cắt dưa chuột làm đôi để có được hai nửa hình tròn. Lấy một nửa và cắt nó theo chiều dài. Bây giờ hãy cắt dưa chuột thành bốn que từ mỗi nửa như hình dưới đây.
3. Gọt vỏ bơ và cắt thành lát dài.
4. Trong bát trộn nhỏ chứa đuôi Langostine, thêm Kewpie Mayo, Capelin Roe vào và trộn đều.
5. Đổ đầy nước vào một bát nhỏ. Bạn sẽ sử dụng nó để niêm phong cuộn.
6. Lấy giấy đậu nành và đặt nó theo chiều ngang. Đặt hỗn hợp đuôi Langostine ở giữa, sau đó là dưa chuột và bơ, đảm bảo không đổ quá đầy nếu không cuộn sẽ không bị dính.
7. Nhúng ngón tay của bạn vào bát nước nhỏ và làm ướt ở mép xa nhất với bạn.
8. Để cuộn, hãy lấy mép giấy đậu nành gần bạn nhất, dùng ngón tay giữ phần nhân ở đúng vị trí, cuộn thành hình trụ thật chặt.
9. Dùng một con dao sắc, cắt cuộn tôm hùm thành sáu miếng và bày ra đĩa. Thưởng thức cùng nước tương và wasabi.

31. cuộn Oshinko

Thành phần
- 2 chén cơm chưa nấu
- 1,9 cốc nước
- Tảo Kombu 1 miếng
- 4 muỗng canh giấm gạo
- 2 muỗng canh đường
- 2 thìa cà phê muối biển
- 5 tấm rong biển Nori cắt làm đôi
- 1/4 củ cải ngâm chua Oshinko
- 2 muỗng canh nước hoặc giấm gạo

Hướng
1. Vo sạch gạo chưa nấu chín và xả hết nước vo gạo.
2. Cho gạo đã vo sạch vào nồi cơm điện cùng với nước và miếng tảo bẹ kombu
3. Nấu cơm theo nồi cơm điện của bạn.
4. Trộn tất cả nguyên liệu giấm sushi và để đường và muối hòa tan hoàn toàn trong khi nấu cơm.
5. Khi cơm chín, vớt tảo bẹ Kombu ra và cho cơm vào tô trộn lớn hoặc bồn gỗ Hangiri (nếu có) rồi trộn với giấm sushi.
6. Chia cơm sushi thành 80g (1/2 cốc) mỗi phần và đặt sang một bên, phủ khăn bếp để cơm không bị khô.
7. Cắt đôi mặt dài hơn của tấm rong biển nori.
8. Nướng tấm rong biển nori bằng cách đốt trên ngọn lửa vừa để làm cho nó giòn hơn.
9. Cắt củ daikon ngâm Oshinko thành que vuông khoảng 0,2 inch (5 mm) có chiều dài bằng với cạnh dài của chiều dài tấm nori.
10. Đặt tấm nori lên tấm tre cuộn sushi.
11. Trải đều 1/2 chén cơm sushi đã được chia trước đó lên tấm rong biển nori, chừa lại 0,6 inch (1,5 cm) ở trên cùng của rong biển nori.
12. Đặt củ cải ngâm oshinko vào giữa cơm sushi.
13. Làm ướt mép ngoài của tấm nori bằng giấm sushi bằng đầu ngón tay.

14. Đặt các ngón tay của bạn lên củ cải muối oshinko, dùng ngón cái và ngón trỏ nhấc các mép của tấm cuốn sushi bằng tre rồi đưa một mép của tấm nori và cơm sushi lên để chạm vào mép còn lại của cơm sushi.
15. Dùng tay ấn chặt tấm tre cuộn sushi lên trên cuộn sushi.
16. Lặp lại quá trình trên cho các nguyên liệu còn lại.
17. Cắt mỗi cuộn thành sáu phần bằng một con dao sắc. Làm sạch dao bằng vải nhà bếp được làm ẩm tốt giữa mỗi lần cắt.
18. Ăn kèm sushi gừng, wasabi và một bát nhỏ nước tương.

32. cuộn Seattle

Yield: Làm 8

Thành phần
- 4 quả ớt Thái xanh, bỏ cuống, thái nhỏ
- 1 muỗng canh cộng với 1 muỗng cà phê gừng tươi gọt vỏ
- 1 muỗng canh hạt mè rang
- 1 tép tỏi, thái nhỏ
- 1/2 muỗng cà phê muối kosher và nhiều hơn nữa để làm gia vị
- 1/4 chén dầu hướng dương hoặc dầu thực vật
- 2 muỗng cà phê dầu mè nướng
- 1 muỗng cà phê giấm trắng chưng cất
- 1 pound phi lê cá ngừ vây vàng loại sashimi, cắt thành khối 1/8"
- 4 tấm nori khô nướng, cắt đôi theo chiều dọc
- 1 1/2 chén (khoảng) gạo hạt ngắn nấu chín, để nguội
- Các loại nhân như hành lá thái lát, dưa chuột kiểu Anh hoặc dưa chuột Ba Tư, lá ngò và hoa hẹ

Hướng
1. Nghiền ớt, gừng, hạt vừng, tỏi và 1/2 thìa cà phê muối trong máy xay nhỏ cho đến khi tạo thành hỗn hợp sệt. Chuyển sang một bát vừa. Khuấy cả dầu và giấm. Nêm gia vị bằng muối. Thêm cá ngừ, nhẹ nhàng quăng chỉ để áo khoác.
2. Đặt tấm nori trên bề mặt làm việc với mặt ngắn hướng về phía bạn. Trải đều khoảng 2 thìa cơm tròn ở 1/3 dưới cùng của mỗi tờ giấy. Chia hỗn hợp cá ngừ vào các cuộn, rưới lên cơm. Top với trám. Cuộn thành hình nón hoặc hình khúc gỗ, dùng vài hạt cơm làm "keo" để dán kín

33. Cuộn da

Thành phần
Cơm Sushi
- 1 1/2 chén cơm sushi hạt ngắn
- 1 1/2 cốc nước
- 1 muỗng canh giấm rượu gạo
- 1 1/2 muỗng cà phê đường
- 1/4 muỗng cà phê dầu mè
- 1 muỗng canh hạt vừng

Cuộn da cá hồi
- Da cá hồi 1/2 pound
- 1/2 thìa cà phê muối
- 1 muỗng canh tamari (hoặc nước tương)
- 1 muỗng canh đường nâu
- 2 thìa mirin
- 2 quả dưa chuột nhỏ, thái hạt lựu
- 1 quả bơ, thái lát
- 1 bó cải xoong
- 4 đến 6 tờ nori
- wasabi và nước tương để chấm

Hướng
Cơm Sushi
1. Cho gạo vào tô lớn rồi xả dưới vòi nước lạnh rồi vo lại 2 đến 3 lần để loại bỏ một ít tinh bột. Cho gạo và nước vào nồi cơm điện (hoặc nồi đun trên lửa nhỏ) và nấu cho đến khi nước ngấm và gạo mềm (khoảng 10 đến 12 phút trên bếp).
2. Múc cơm vào tô lớn. Trong một bát nhỏ, trộn đều giấm, đường và dầu mè rồi rưới lên cơm và rắc hạt vừng. Khuấy cẩn thận (để không làm nát hạt gạo) để nêm cơm.

Cuộn da cá hồi
1. DA CÁ HỒI: Rửa sạch và lau khô da cá hồi. Đặt trên chảo có lót giấy da, rắc một chút muối rồi nướng trên lửa cao trong 4 đến 7

phút cho đến khi giòn và vàng. Làm nguội hoàn toàn trên giá lưới rồi cắt thành dải.

2. SỐT Lươn: Trong một cái chảo nhỏ, trộn tamari, đường nâu và mirin. Đun lửa nhỏ cho đến khi đường tan, nước sốt giảm đi một nửa và đặc lại.

3. CUỘN: Lắp ráp sushi. Đặt một miếng nori và trải một lớp mỏng lên cơm. Đặt một ít vỏ cá hồi, dưa chuột, quả bơ và cải xoong dọc theo một cạnh. Cuộn chặt lại rồi cắt thành từng miếng vừa ăn. Kết thúc bằng cách rưới một ít nước sốt lươn lên từng miếng.

4. Ngoài ra, bạn có thể làm món cuộn từ trong ra ngoài bằng cách đặt cơm lên trên, rắc một ít vừng rồi úp lên một miếng Clingfilm trước khi cho các nguyên liệu vào mặt nori và cuộn lại.

34. Tuyết

Thành phần
- 2 chân cua tuyết đã nấu sẵn
- 1-2 muỗng cà phê bơ đã được làm rõ
- Salsa gừng (tự làm)
- ½ quả bơ
- 120 gram (4 oz.) cơm sushi trắng nấu chín
- ½ tờ Nori

đồ gia vị
- Muối biển
- Tiêu đen xay

Phủ bên trên thức ăn
- Mayonnaise cay
- Trứng Masago

Hướng

1. Lấy một chiếc chân cua tuyết và dùng ngón tay nhẹ nhàng bẻ đôi nó ở khớp. Nó sẽ khá dễ gãy, mặc dù bạn có thể phải dùng kéo để cắt đứt hoặc cắt bỏ những sợi gân cứng.
2. Cắt bỏ bộ xương ngoài. Dùng kéo cắt móng tay để hạn chế tối đa nguy cơ làm hư thịt cua. Cắt dọc theo mặt dưới của chân và đảm bảo kéo đi qua bộ xương ngoài chứ không phải thịt. Làm tương tự với chân cua thứ hai.
3. Đặt cả hai miếng thịt cua lên thớt. Nêm nhẹ từng chân với muối biển. Xoay chân để đảm bảo độ che phủ tốt, đều. Sau muối, làm tương tự với hạt tiêu đen xay.
4. Làm nóng chảo rán trước và thêm một hoặc hai muỗng cà phê bơ đã lọc. Khi bơ đã tan chảy, dùng cặp kẹp cho thịt cua vào chảo. Chiên nhẹ cả hai mặt trong vài phút cho đến khi hơi vàng. Dùng kẹp gắp cua ra khỏi chảo và để nguội.
5. Cho bốn thìa salsa gừng (tự làm) vào rây.
6. Cắt đôi quả bơ và loại bỏ hạt bằng cách trượt một chiếc thìa vào giữa hạt và quả. Loại bỏ vỏ và đặt một nửa quả bơ có mặt cắt xuống trên thớt. Tạo các lát dày từ một đến hai mm. Để cắt sạch, chỉ sử dụng đầu lưỡi dao khi cắt.
7. Rắc một ít nước cốt chanh lên các lát cắt để chúng không bị khô. Đặt sang một bên trong một chiếc bát thủy tinh
8. Đặt nửa tấm nori theo chiều dọc lên thớt. Với bàn tay đã được làm ấm, chuyển 120 gram cơm sushi trắng đã nấu chín vào tờ giấy. Dùng ngón tay xới nhẹ cơm, dàn đều ra cả bốn cạnh.
9. Cho chiếu trúc vào trong túi có khóa kéo rồi đặt lên thớt. Nhanh chóng lật tấm nori lên chiếu, úp mặt cơm xuống. Múc salsa gừng lên nori - vừa đủ để tạo thành một dải rộng một inch trên chiều dài của tờ giấy. Đặt hai chân cua lên trên lớp salsa gừng.
10. Dùng ngón tay cái đưa nhanh cạnh chiếu tre gần bạn nhất. Cuộn nó trên tấm nori. Dùng ngón tay ấn lên phần trên để giữ cho nó chắc chắn. Lấy cuộn sushi ra khỏi thảm và đặt nó thẳng đứng ở một bên của thớt.

11. Dùng mặt phẳng của dao chuyển các lát bơ đã cắt sẵn lên thớt. Để dễ dàng chuyển sang cuộn sushi, hãy đặt chúng song song với nó trên bảng. Dùng ngón tay xòe nhẹ các lát bơ cho đến khi chúng có chiều dài bằng với cuộn sushi của bạn. Nhấc chúng lên trên lưỡi dao và giữ nghiêng, dùng ngón tay đẩy nhẹ chúng vào cuộn.
12. Cắt một miếng màng dính hình chữ nhật nhỏ, có kích thước gần bằng tấm thảm lăn của bạn. Đặt màng bọc thực phẩm lên cuộn sushi và phủ tấm cuộn lại. Như trước, dùng ngón tay ấn quả bơ vào cuộn. Khi bạn gỡ tấm thảm ra, quả bơ sẽ có dạng cuộn. Nếu không, hãy lặp lại bước này nhưng dùng lực mạnh hơn để ép quả bơ vào cuộn.
13. Tháo thảm lăn nhưng để nguyên màng bám. Làm ướt lưỡi dao một chút và cắt bỏ cả hai đầu của cuộn sushi. Ăn hoặc loại bỏ những miếng này.
14. Cuộn này sẽ mang lại sáu miếng. Đầu tiên cắt cuộn làm đôi, sau đó cắt mỗi nửa làm ba. Dùng tấm cán để làm cứng các lát bánh một lần nữa trước khi gỡ lớp màng dính ra.
15. Xếp các lát lên đĩa phục vụ ở góc 45 độ. Bóp hoặc múc một lượng nhỏ sốt mayonnaise cay lên mỗi lát. Phủ một ít trứng masago lên trên để có màu sắc đẹp mắt.

35. Cuộn lướt sóng và sân cỏ

THÀNH PHẦN

- ½ tờ Nori
- 4 oz. Cơm Sushi đã chế biến sẵn
- 6 oz. Cá hồi, ba 2 oz. miếng
- 1 măng tây, chần
- ⅙ Bơ, cắt thành miếng vuông
- 1 ½ oz. Thịt ba chỉ thái hạt lựu và chiên cho đến khi giòn
- 1 ½ thìa canh Chimichurri Aioli (¾ thìa canh sốt Chimichurri, ¾ thìa canh sốt Mayonnaise)
- 1 muỗng canh Sriracha Aioli (½ muỗng canh Sriracha, ½ muỗng canh Mayonnaise)
- mù tạt
- Gừng, ngâm

HƯỚNG

1. Đặt nửa tấm Nori sáng bóng úp xuống thớt và dàn đều cơm sushi, phủ kín rong biển.
2. Lật Nori đã chín lên và đặt lên thảm Sushi.
3. Ở giữa Nori theo chiều dọc, đặt cá hồi, 3 miếng bơ và xiên măng tây.
4. Dùng chiếu cuộn lại để tạo hình, cắt thành 8 miếng.
5. Đặt miếng và trên cùng với thịt ba chỉ giòn, rưới sốt Sriracha và Chimichurri Aioli
6. Ăn kèm với gừng, Wasabi và một đôi đũa.

36. cuộn tempura

Khẩu phần 4
THÀNH PHẦN
Đối với cơm sushi:
- 2 chén cơm sushi chưa nấu chín
- 2 cốc nước
- 2 muỗng canh giấm gạo
- 2 thìa đường
- 1 1/2 muỗng cà phê muối

Đối với cuộn sushi:
- 4 tờ nori
- 8 con tôm tempura nấu sẵn
- 8 dải dưa chuột
- 8 lát bơ
- 3 muỗng canh hạt vừng đen và/hoặc trắng

HƯỚNG

1. Đặt gạo vào một cái chao và rửa sạch cho đến khi nước trong.
2. Cho gạo và 2 cốc nước vào nồi vừa trên lửa cao. Đun sôi, không đậy nắp. Khi nó bắt đầu sôi, giảm nhiệt xuống thấp và đậy nắp. Nấu trong 15 phút. Lấy nồi ra khỏi bếp và để yên, đậy nắp trong 10 phút.
3. Trộn giấm gạo, đường và muối vào một cái bát nhỏ rồi đun nóng trong lò vi sóng trong 20-30 giây. Chuyển cơm vào tô lớn và thêm hỗn hợp giấm. Gấp kỹ để kết hợp. Để cơm nguội đến nhiệt độ phòng
4. Đặt một tấm nori trên một bề mặt phẳng và ấn khoảng 1/3-1/2 chén gạo trên bề mặt nori, đi hết các cạnh. Điều này là dễ nhất nếu ngón tay của bạn hơi ẩm.
5. Đặt một miếng màng bọc thực phẩm lên trên nori phủ cơm và úp ngược lên trên tấm cuộn sushi sao cho mặt rong biển hướng lên trên.
6. Đặt 2 con tôm, 2 miếng dưa chuột và 2 lát bơ dọc theo một bên của nori.
7. Nhấc mép của tấm thảm cuốn gần hỗn hợp tôm nhất và cuộn chặt sushi lại.
8. Nhấn khoảng 2 muỗng cà phê hạt vừng vào cơm trên cuộn sushi.
9. Dùng dao sắc cắt miếng sushi rồi dùng ngay.

37. cuộn Texas

Thành phần
- 1 8-oz. khối kem phô mai
- 1 muỗng canh sốt Chipotle Tabasco
- 3 miếng thịt Bacon nấu chín (giai đoạn giòn, cắt nhỏ)
- 3 củ hành xanh (xắt nhỏ)
- 1 muỗng canh ô liu đen xắt nhỏ
- Tiêu đen nứt (tuỳ theo khẩu vị /tùy chọn)
- bánh bột mì

Hướng
1. Trong một cái bát, khuấy phô mai kem cho mềm và bẻ nhỏ.
2. Thêm sốt Chipotle Tabasco vào phô mai kem đã mềm và trộn đều cho đến khi hòa quyện hoàn toàn.
3. Tiếp theo, cho thịt xông khói cắt nhỏ, hành lá xắt nhỏ và ô liu đen xắt nhỏ vào trộn đều.
4. Thêm hạt tiêu đen nứt cho vừa ăn.
5. Rải 1-3 thìa hỗn hợp lên bánh tortilla bằng bột mì rồi cuộn lại thật chặt.
6. Dùng một con dao sắc, cắt bánh tortilla đã cuộn thành 6-8 lát "chong chóng". Bỏ đi (hoặc ăn!) phần cuối.
7. Xếp sushi lên đĩa hoặc đĩa; bọc bằng màng bọc thực phẩm và làm lạnh cho đến khi sẵn sàng phục vụ.

38. Chả hổ

- 2 quả xoài lớn
- 4 quả dâu tây cỡ vừa
- 15 gram thạch thạch
- 160ml nước
- Kẹo cao su bồ kết 1 gram
- 4 gram mực mực
- Một vài hạt cơm sushi trắng nấu chín
- ½ quả bí đỏ

Nguyên liệu cuộn Sushi:
- ½ tờ Nori
- 120 gram cơm sushi đã nấu chín và nêm gia vị
- Tương ớt Sriracha
- Tartar cá hồi tự làm

Hướng

1. Dùng dụng cụ tách xoài hoặc dao sắc để tách đá và lõi ra khỏi xoài. Sau đó, dùng thìa tráng miệng cạo phần cùi ở cả hai nửa quả xoài cho vào bát thủy tinh. Loại bỏ da.
2. Cho xoài vào máy ép trái cây và chế biến, để nước ép thu được vào bình nhựa lớn.
3. Rửa và chuẩn bị 4-5 quả dâu tây lớn bằng cách cắt bỏ phần 'đầu'. Thêm những thứ này vào máy ép trái cây và chế biến vào cùng một bình đo. Dùng thìa trộn nước ép trái cây bằng cách khuấy nhanh cho đến khi chất lỏng chuyển sang màu cam.
4. Trong một bình riêng biệt, kết hợp 160 ml nước lạnh với 2,4 gam Agar Agar và 1 gam Locust Bean Gum. Trộn đều bằng máy xay cầm tay. (Không đánh, vì điều này sẽ không kết hợp các gel đúng cách.)
5. Sau khi kết hợp, thêm 240 gram/ml nước ép xoài và dâu tây vào bình. Trộn trong vài giây một lần nữa với công suất tối đa. Đổ 100 ml chất lỏng vào một bình nhựa riêng biệt và đặt bình đầu tiên sang một bên.
6. Cho 4 gam mực vào bình mới và trộn đều. Sau đó, đổ lượng chúa trong bình vào nồi sâu. Đun sôi, dùng thìa để di chuyển chất lỏng.

Điều này sẽ ngăn chặn nó dính. Giảm nhiệt độ bếp và đun nhỏ lửa trong 3 phút.
7. Đặt tấm silicon hoặc tấm màng dính lên trên khay nhựa. Dùng thìa bắt đầu vạch những đường mực ngắn lên tấm thảm, bao phủ toàn bộ diện tích bề mặt. Để trong tủ lạnh tối thiểu 30 phút để gel đông lại.

nghệ thuật hổ:
1. Trong khi chờ đợi, lặp lại quá trình đun sôi/đun sôi cho hỗn hợp nước ép xoài và dâu tây rồi để nguội.
2. Khi các sọc mực mực đã hình thành, hãy lấy khay ra khỏi tủ lạnh. Không nhấc thảm lên ở giai đoạn này. Đổ toàn bộ lượng trong chảo lên tấm lót, để hỗn hợp dàn đều nhất có thể. Nếu cần, hãy nhấc khay lên và nghiêng để đảm bảo chất lỏng bao phủ toàn bộ tấm thảm thành một lớp mỏng và đều.
3. Làm lạnh thêm 60 phút nữa.

Hoàn thiện nghệ thuật hổ xoài
1. Dùng dao sắc cắt bỏ phần cuối của quả bí. Cắt làm đôi và bỏ phần hạt ở cuối.
2. Để nguyên vỏ, cho bí đỏ vào nồi nước sôi lớn. Nấu, đậy nắp trong khoảng 5 phút hoặc cho đến khi thị t mềm.
3. Lấy bí ra khỏi chảo. Sau khi quả bí nguội, bắt đầu gọt vỏ bí bằng dao hoặc dụng cụ gọt rau. Cắt quả bí làm đôi theo chiều dọc và bỏ đi một nửa.
4. Đặt miếng bí ngô còn lại với mặt phẳng úp xuống trên thớt của bạn. Cắt một phần có độ dày khoảng 2,5 cm (1 inch) và bỏ đi.
5. Lật quả bí lên một đầu với cạnh cong hướng về phía bạn. Ở phía bên phải, tạo một 'rạch' 45 độ bằng dao gọt cách mép khoảng 1,5-2 cm. Điều này được thực hiện dễ dàng nhất bằng cách trước tiên thực hiện một đường rạch thẳng, hướng xuống dưới, sau đó là một đường ở góc 45 độ. Lặp lại cho phía bên trái và dùng đầu dao nhẹ nhàng tách dải bí ra.
6. Với lưỡi dao phẳng, loại bỏ một dải bí ở giữa hai tai để tạo ảo giác về chiều sâu. Lặp lại cho mép ngoài của mỗi tai.

7. Đưa dao về tay phải, mép ngoài của hình đầu. Tạo áp lực, bắt đầu khắc một phần tròn để tạo thành khuôn mặt. Dừng lại cách đáy khoảng 1 cm. Căn chỉnh con dao của bạn với điểm này ở mép ngoài và thực hiện một đường cắt ngang để tạo thành hình dáng của bàn chân. Lặp lại ở phía bên tay trái.
8. Để tinh chỉnh đầu hổ, hãy đặt nó trước sao cho 'khuôn mặt' ở trước mặt bạn. Cách phía trước đầu khoảng 1,5 cm, cắt một góc 45 độ, đưa dao về phía bạn và hướng xuống. Con dao sẽ dừng gần đúng nơi bắt đầu đường viền của bàn chân. Xác định rõ hơn đôi tai bằng cách cạo bớt một ít thịt thừa - một lần nữa dùng dao nghiêng một góc 45 độ.
9. Tiếp theo, bạn sẽ muốn tạo thêm nét xung quanh bàn chân. Để làm như vậy, chỉ cần cắt một hình tam giác 45 độ ở hai bên hàm (giữa hàm và bàn chân). Điều này cũng sẽ làm cho đường quai hàm thon gọn tự nhiên hơn. Cắt một đoạn dọc ngang qua phần dưới của hàm để "tách" nó ra khỏi thớt.
10. Để khắc miệng, chỉ cần căn chỉnh đầu lưỡi kiếm với đầu bàn chân trái và vẽ theo chiều ngang trên mặt hổ. Sau đó, đưa dao xuống và sang phía bên kia, khắc một vòng cung lộn ngược. Nhẹ nhàng kéo phần thịt ra khỏi hình bằng đầu dao.
11. Một tay cầm hình hổ, thọc mũi dao vào vòm miệng hai bên để tạo khe răng. Cuối cùng, tạo hai vết lõm có kích thước bằng nhau cho mắt. Độ sâu của mỗi hố phải đủ để chứa một hạt gạo.
12. Cuối cùng, khắc hai hình bàn chân tương tự từ miếng bí còn sót lại để tạo thành chân sau.

Tạo cuộn Sushi

1. Lấy tấm gel xoài ra khỏi tủ lạnh và đặt lại vào khay. Dùng một con dao sạch và sắc, khắc một miếng hình chữ nhật từ tờ giấy, có kích thước gần bằng nửa tờ Nori. Nhấc phần đó lên bằng đầu dao, sau đó dùng ngón tay nắm lấy cả hai góc. Từ từ lột 'lớp da' ra khỏi tấm thảm. Đặt sang một đĩa phẳng trong khi bạn tạo cuộn sushi.
2. Đặt nửa tấm Nori lên thớt của bạn. Dùng ngón tay đã làm ấm, chuyển 120 gam cơm sushi trắng đã nấu chín lên tấm giấy. Dùng

ngón tay xới cơm sao cho phủ toàn bộ diện tích bề mặt của tấm Nori.

3. Lật tấm Nori lên một tấm tre để mặt cơm úp xuống. Bóp hai dải nước sốt Sriracha dày đặc dọc theo chiều dài giữa tấm Nori. Sau đó, phết một thìa cao răng cá hồi lên trên các dải sốt Sriracha.

4. Đặt các ngón tay dọc theo dải cao răng, dùng ngón tay cái đưa tấm cuốn tre lên. Cuộn tròn tấm thảm lại, bắt đầu cuộn cuộn sushi, ấn liên tục để giữ nguyên miếng sushi ở đúng vị trí. Sau khi cuộn xong, dùng thêm áp lực để bịt kín cuộn.

5. Bọc cuộn sushi bằng một tấm màng dính. Sử dụng mành tre một lần nữa để "làm chắc" đồ bên trong. Sau đó, dùng một con dao ẩm cắt bỏ phần đầu lộn xộn của cuộn giấy. Cắt phần còn lại thành tám phần bằng nhau. Cố định lại một lần nữa bằng tấm lăn trước khi tạm thời gỡ màng bám ra.

6. Đặt tấm gel màu cam lên cuộn sushi, đặt nó càng thẳng càng tốt. Dùng màng dính bọc cuộn lại một lần nữa và dùng tấm tre nén 'da' lên cuộn. Loại bỏ và loại bỏ màng bám.

7. Chuyển các đoạn cuộn sushi vào đĩa sushi hình chữ nhật, sắp xếp chúng cạnh nhau để tạo thành phần thân. Đặt đầu ở phía trước cuộn sushi và hai chân ở hai bên phía sau. Ăn kèm với một ít nước tương để khen ngợi.

39. cuộn unagi

Thành phần
- 3 lát unagi/ell
- dưa chuột, cắt như que
- 1 thanh thịt giả cua, cắt dài một nửa
- 1 miếng nori/giấy rong biển
- lát bơ
- cơm sushi
- giấm gạo
- hạt mè
- masago/ trứng cá
- nước sốt unagi

Hướng
1. Trộn cơm sushi với giấm gạo
2. Đặt nori lên trên tấm lót sushi
3. Nhấn cơm sushi lên trên nori
4. Rắc vừng và masago, đảm bảo tất cả đều lên trên cơm sushi
5. Lật nori sang mặt còn lại, cho dưa chuột, bơ, thịt cua và unagi vào
6. Cuộn nó cho đến gần cuối nori
7. Cắt nó thành 8 miếng
8. Ăn cùng sốt unagi

40. Chả cá đuôi vàng

Thành phần
- 1½ chén cơm sushi đã nấu chín và
- 3,3 oz. cá đuôi vàng loại sashimi
- 1 tờ nori (rong biển)
- 3 thìa canh hành lá/hành lá
- xì dầu
- mù tạt
- gừng đỏ ngâm (beni shoga hoặc kizami beni shoga)
- Tezu (nước nhúng tay có giấm):
- 2 muỗng cà phê giấm gạo
- ¼ cốc nước

Hướng
1. Cắt đuôi vàng thành khối 1/4 inch và cắt thành từng miếng nhỏ hơn.
2. Đặt một tấm nori có mặt sáng bóng úp xuống trên tấm tre phủ nhựa. Làm ướt ngón tay của bạn trong tezu và trải đều 3/4 chén cơm lên tấm nori.
3. Đặt một nửa phần đuôi vàng đã cắt nhỏ vào cuối tấm nori.
4. Lót mép tấm nori vào đầu dưới của chiếu tre. Nắm mép dưới của chiếu trúc, đồng thời dùng ngón tay giữ phần nhân cố định, cuộn thành hình trụ thật chặt. Nhấc mép chiếu lên và tiếp tục cuộn về phía trước đồng thời ấn nhẹ lên chiếu.
5. Dùng một con dao thật sắc, cắt cuộn làm đôi rồi cắt mỗi nửa thành 3-4 miếng. Làm sạch dao bằng vải ấm sau mỗi vài lát. Ăn sushi với gừng ngâm, wasabi và nước tương.

Sushi thuần chay

41. Bánh cuốn chay

Năng suất: 4 cuộn
THÀNH PHẦN
CHO GẠO SUSHI
- 1 chén cơm sushi
- 1 ly nước
- 1 muỗng cà phê giấm gạo
- 1 thìa cà phê đường
- 1/2 thìa cà phê muối

CHO NẤM KING OYSTER
- 2 chén nấm sò thái hạt lựu ngâm trong nước ấm khoảng 20 phút
- 1/2 cốc nước, đánh với 1 TB Ener-G
- 1 chén bột bắp, cộng thêm nếu cần
- nhiều dầu hạt cải, dầu thực vật hoặc dầu hạt nho

ĐỐI VỚI SỐT NỔI
- 1/2 chén mayo thuần chay
- 1 TB Sriracha, tùy khẩu vị

ĐỂ LẮP RÁP
- 4 tấm nori nướng
- 4 TB hạt vừng đen (tùy chọn)
- 1 quả bơ, thái lát
- hành lá xắt nhỏ, để trang trí

HƯỚNG DẪN

1. Để làm cơm sushi, cho gạo và nước vào nồi cơm điện và nấu theo hướng dẫn của nhà sản xuất. Sau khi hoàn thành, nêm giấm gạo, đường và muối rồi để nguội.
2. Để làm nấm, cho vài inch dầu vào lò nướng kiểu Hà Lan nhỏ, nặng hoặc nồi gang trên lửa vừa cao. Sẽ mất khoảng 5-7 phút để dầu sẵn sàng. Trong khi chờ đợi, hãy ném một phần tư số nấm đã cắt nhỏ vào hỗn hợp Ener-G và trộn đều.
3. Lắc cho hết hơi ẩm, sau đó cho vào bột ngô, dùng tay đảo nhẹ.
4. Kiểm tra độ sẵn sàng của dầu bằng cách cho một ít bột bắp vào. Nếu nó kêu xèo xèo ngay lập tức thì bạn đã sẵn sàng để chiên. Lắc sạch phần bột ngô dư thừa trên nấm và nhẹ nhàng thả chúng vào dầu bằng máy hớt bọt và chiên cho đến khi có màu vàng nâu,

không quá 3 phút. Chuyển nấm đã chiên sang khăn giấy để ráo nước trong khi bạn lặp lại quy trình theo mẻ với số nấm còn lại.

5. Để gói các cuộn, chia cơm nguội thành 4 phần. Cho tấm thảm sushi vào túi Ziploc lớn hoặc dùng màng bọc thực phẩm bọc lại. Đặt một tấm nori có mặt sáng bóng úp xuống trên tấm thảm. Làm ẩm ngón tay của bạn bằng một ít nước để gạo không dính vào chúng, sau đó trải đều gạo lên tấm nori, chừa lại khoảng 1 inch ở phía trên. Rắc một thìa hạt vừng nếu muốn.

6. Chia nấm xào thành 4 phần. Rưới một phần nước sốt thuốc nổ cho đến khi phủ đều. Để phần đầu lộ ra xa bạn, tạo thành một đường mỏng của một số cây nấm dọc theo cạnh gần bạn nhất, thêm một vài lát bơ. Cuộn sushi ra xa bạn, nắm chặt tấm thảm nhưng nhẹ nhàng.

7. Sau khi cuộn xong, dùng nước bịt kín phần cuối hoặc thêm vài hạt gạo vào cuối để giúp bịt kín. Bây giờ hãy cắt sushi làm đôi bằng một con dao rất sắc (tôi cho lưỡi dao dưới nước nóng để cắt sạch hơn), sau đó chia mỗi nửa thành hai nửa, sau đó chia hai nửa đó thành hai nửa để tạo thành 8 miếng. Bày ra đĩa, rắc nấm còn sót lại lên trên.

8. Lặp lại quá trình này để làm 4 cuộn. Kết thúc với hành lá cắt nhỏ và thêm sriracha nếu muốn.

42. Sushi cuộn bơ dưa chuột

Máy chủ 4
Thành phần
Cơm sushi
- 1 chén gạo lứt hạt ngắn, vo sạch
- 2 cốc nước
- 2 muỗng canh giấm gạo
- 1 thìa đường
- 1 thìa cà phê muối biển

Đối với cuộn:
- 1 quả dưa chuột, cắt thành dải dài
- 1 quả xoài chín, cắt thành dải dọc
- 1 quả bơ, thái lát
- ⅓ cốc rau xanh, tùy chọn
- 2 muỗng canh hạt mè, tùy chọn
- 4 tấm nori

Phục vụ với
- sốt tamari hoặc ponzu

Hướng

1. Làm cơm sushi: Trong một cái chảo vừa, trộn gạo, nước và dầu ô liu rồi đun sôi. Đậy nắp, giảm nhiệt và đun nhỏ lửa trong 45 phút. Lấy cơm ra khỏi bếp và để yên, đậy nắp thêm 10 phút nữa. Dùng nĩa xới đều rồi cho giấm gạo, đường và muối vào. Đậy nắp cho đến khi sẵn sàng sử dụng.
2. Xếp các cuộn sushi: Đặt một bát nước nhỏ và một chiếc khăn lau bếp gần khu vực làm việc vì tay bạn sẽ bị dính. Đặt một tấm nori, mặt bóng úp xuống, lên một tấm tre và ấn một nắm gạo lên 2/3 phía dưới của tấm. Ở dưới cùng của cơm đặt lớp trên cùng của bạn (xem hình). Đừng đổ quá đầy nếu không sẽ khó cuộn hơn. Dùng mành tre để gấp và cuộn nori. Sau khi cuộn xong, dùng mành tre ấn nhẹ và tạo hình cho cuộn. Đặt cuộn sang một bên, cắt mặt xuống. Lặp lại với các cuộn còn lại.
3. Sử dụng con dao đầu bếp sắc bén để cắt sushi. Lau sạch dao bằng khăn ẩm giữa các lần cắt.
4. Ăn ngay với nước sốt tamari hoặc ponzu và nước sốt đậu phộng dừa, nếu dùng.

43. Cơm cuộn nấm Shiitake

THÀNH PHẦN
- 1 chén cơm sushi
- 2 cốc nước
- 1 TB dấm gạo
- 1 TB đường
- 1/2 TB muối
- 5-7 cây nấm đông cô khô lớn, ngâm trong nước thật nóng trong 30 phút đến một giờ
- 1 1/2 thìa cà phê Ener-G, pha với 5 TB nước
- 1 chén bột bắp (bảo quản trong tủ đá vài giờ trước khi chiên)
- dầu thực vật
- 2 tấm nori
- 1-2 TB Sriracha, trộn với 1-2 TB Vegenaise
- ớt đỏ nghiền, gừng ngâm và nước tương, để phục vụ

Hướng

1. Ngâm gạo trong nhiều nước lạnh khoảng 30 phút. Rửa kỹ dưới nước lạnh và cho vào nồi cơm điện cùng với 2 cốc nước.
2. Khi cơm đã chín, cho giấm gạo, đường và muối vào tô thủy tinh lớn rồi cho vào lò vi sóng khoảng 10-15 giây. Chuyển cơm đã nấu chín vào tô thủy tinh và khuấy đều. Để qua một bên.
3. Trong một cái chảo nhỏ, đun nóng vài inch dầu trên lửa vừa cao. Để ráo nước và bỏ cuống nấm rồi cắt thành dải. Sau khi dầu đã sẵn sàng (kiểm tra bằng cách thả một nhúm bột ngô vào dầu—nếu nó sủi bọt ngay lập tức nghĩa là bạn đã sẵn sàng chiên), nhúng một vài lát nấm vào hỗn hợp Ener-G, sau đó phủ một ít dầu vào. bột ngô. Chiên trong 1-2 phút và đặt lên vài chiếc khăn giấy cho ráo nước.
4. Đặt tấm nori (mặt sáng bóng hướng xuống dưới) trên tấm lót sushi. Dùng thìa trộn sushi trải đều một lớp cơm lên tấm giấy. Dùng ngón tay dàn đều cơm, dùng một bát nước nhỏ gần đó để cơm không bị dính vào ngón tay.
5. Đặt một nửa số nấm vào đầu ngắn nhất của tấm nori. Rắc một lượng hỗn hợp sriracha-Vegenaise mong muốn rồi cuộn nó lại từ từ và cẩn thận, giữ chặt nhất có thể. Dùng một con dao thật sắc, cắt cuộn làm đôi và lặp lại cho đến khi có tám cuộn.
6. Ăn kèm với gừng ngâm và nước tương.

44. Sushi cá ngừ cay cay

THÀNH PHẦN
ĐỐI VỚI CƠ SỞ "CÁ NGỪ"
- 1/2 c. Hạt hướng dương ngâm 1-2 tiếng, để ráo nước và rửa sạch

CHO NƯỚC SỐT
- 1/2 c. hạt điều ngâm 1-2 tiếng, để ráo nước và rửa sạch
- 1/4 c. nước chanh
- 1/2 tấm nori, chia nhỏ
- 1 muỗng canh mù tạt Dijon
- 1 muỗng canh sốt Sriracha
- 1/2 jalapeno, bỏ hạt
- 1/2 thìa cà phê bột hành
- 1/4 thìa cà phê muối biển
- 1/4 c. Nước

Hướng

1. Trong máy xay thực phẩm, xay hạt hướng dương nhiều lần cho đến khi cắt nhỏ đồng đều. Để qua một bên.
2. Trong máy xay tốc độ cao, cho mọi thứ làm nước sốt vào bên trong trừ nước. Trộn. Từ từ thêm nước vào cho đến khi nước sốt sánh mịn hoàn toàn. Nếm thử hương vị. Nếu bạn muốn cay hơn thì cho thêm Sriracha. Nếu nó cần muối, hãy thêm một ít, v.v.
3. Kết hợp nước sốt vào hỗn hợp hạt hướng dương cho đến khi hòa quyện hoàn toàn.

45. Sushi cà rốt và bơ bơ

THÀNH PHẦN
CHO GẠO SUSHI
- 1 chén cơm sushi
- 1 ly nước
- 1 muỗng cà phê giấm gạo
- 1 thìa cà phê đường
- 1/2 thìa cà phê muối

ĐỂ ĐIỀN
- 1 cốc cà rốt đã chuẩn bị sẵn
- 1 TB mayo thuần chay
- 1 TB đến 1 muỗng cà phê sriracha
- ½ quả bơ, thái lát
- 4 tấm nori nướng

Hướng

1. Để làm cơm sushi, cho gạo và nước vào nồi cơm điện và nấu theo hướng dẫn của nhà sản xuất. Sau khi hoàn thành, nêm giấm gạo, đường và muối rồi để nguội.
2. Để làm nhân, hãy kết hợp lox thuần chay đã chuẩn bị với mayo thuần chay và sriracha.
3. Để gói các cuộn, chia cơm nguội thành 4 phần. Cho tấm thảm sushi vào túi Ziploc lớn hoặc dùng màng bọc thực phẩm bọc lại. Đặt một tấm nori có mặt sáng bóng úp xuống trên tấm thảm. Làm ẩm ngón tay của bạn bằng một ít nước để gạo không dính vào chúng, sau đó trải đều gạo lên tấm nori, chừa lại khoảng 1 inch ở phía trên.
4. Chia lox thành 4 phần. Để phần đầu lộ ra xa bạn, tạo thành một đường lox mỏng dọc theo cạnh gần bạn nhất, thêm một vài lát bơ. Cuộn sushi ra xa bạn, nắm chặt tấm thảm nhưng nhẹ nhàng. Sau khi cuộn xong, dùng nước bịt kín phần cuối hoặc thêm vài hạt gạo vào cuối để giúp bịt kín. Bây giờ hãy cắt sushi làm đôi bằng một con dao rất sắc (tôi cho lưỡi dao dưới nước nóng để cắt sạch hơn), sau đó chia mỗi nửa thành hai nửa, sau đó chia hai nửa đó thành hai nửa để tạo thành 8 miếng.
5. Đặt lên đĩa phục vụ, lặp lại quy trình để làm 4 cuộn. Ăn kèm nước tương, mù tạt và gừng ngâm nếu muốn.

46. Cơm cuộn chay

Thành phần

4 phần ăn

- 1 1/2 chén gạo basmati nâu
- 1 muỗng canh giấm gạo
- 4 tấm nori
- 1 miếng dưa chuột cắt thành dải
- 1 1/2 muỗng canh hạt vừng
- 3 1/2 cốc nước
- 1 thìa mật ong
- 3/4 gm quả bơ
- 8 gm lá xà lách
- 1 cốc cà rốt

Hướng

1. Để bắt đầu chuẩn bị công thức nấu ăn ngon này, hãy vo gạo kỹ và đun sôi trên lửa nhỏ trong 30 đến 45 phút hoặc cho đến khi nước biến mất. Cho cơm đã nấu chín nghỉ 10 phút.
2. Trong lúc đó, khuấy đều giấm gạo và mật ong trong một tô trộn cỡ vừa. Chuyển cơm đã nấu chín (Bước 1) vào hỗn hợp này và trộn đều cho đến khi hạt gạo được phủ đều.
3. Để chế biến món cuộn hoặc sushi, hãy lấy một tấm nori và trải đều cơm đã nấu chín lên tấm đó. Đặt 2 lá rau diếp, tiếp theo là bơ, cà rốt và dưa chuột vào cơm. Rắc thêm một ít hạt mè rang. Bây giờ thật cẩn thận, cuộn tờ giấy thành một cuộn và đảm bảo tất cả nguyên liệu đã được nhét vào đúng cách. Tiếp tục cuộn cho đến hết. Lặp lại quá trình chuẩn bị các cuộn khác.
4. Bây giờ, dùng dao cắt những cuộn bánh đã tạo thành theo kích thước mong muốn và dùng kèm với nước sốt và dưa chua yêu thích của bạn.

47. Chả sò chay chay

THÀNH PHẦN

- 3/4 chén cơm sushi, ngâm trong nước lạnh 30 phút
- 1 1/2 cốc nước
- 1 TB dấm gạo
- 1 TB đường
- 1/2 TB muối
- nhiều dầu để chiên
- 4 thân nấm sò thẳng, cỡ vừa, ngâm trong nước ấm khoảng một giờ
- 1 1/2 thìa cà phê Ener-G, pha với 5 TB nước lạnh
- 1/2 chén bột bắp
- 1/4 cốc vụn bánh mì panko
- 4 tấm nori nướng
- Hạt mè
- 4 TB Vegenaise trộn với 1 thìa cà phê cho đến 1 TB Sriracha, tùy khẩu vị
- xì dầu
- trứng cá muối thuần chay
- măng hoặc mầm đậu

Hướng

1. Sau khi gạo ngâm trong 30 phút, rửa kỹ dưới nước lạnh và cho vào nồi cơm điện cùng với 1 1/2 cốc nước. Khi cơm đã chín, cho giấm gạo, đường và muối vào tô thủy tinh lớn rồi cho vào lò vi sóng khoảng 10-15 giây. Chuyển cơm đã nấu chín vào tô thủy tinh và khuấy đều. Để qua một bên.
2. Đun nóng dầu trong nồi nhỏ trên lửa vừa cao. Sau 7 phút, cho một nhúm bột ngô vào. Nếu nó kêu xèo xèo ngay lập tức thì bạn đã sẵn sàng để chiên.
3. Đặt thân nấm vào hỗn hợp Ener-G/nước, sau đó lăn chúng trong hỗn hợp panko/bột ngô cho đến khi phủ đều. Hãy loại bỏ phần thừa. Chiên từng miếng riêng biệt trong khoảng 2 phút rồi đặt lên khăn giấy cho ráo nước và nguội.
4. Cuộn sushi của bạn, múc một ít nước sốt sriracha-Vegenaise thành một đường thẳng bên cạnh nấm. Ăn kèm với nước tương và trang trí với trứng cá muối thuần chay, măng hoặc giá đỗ nếu muốn.

48. Món nấm enoki cuộn giòn

Năng suất: 4 cuộn
THÀNH PHẦN
CHO GẠO SUSHI
- 1 chén cơm sushi
- 1 ly nước
- 1 muỗng cà phê giấm gạo
- 1 thìa cà phê đường
- 1/2 thìa cà phê muối

ĐỐI VỚI NẤM ENOKI
- 7 ounce nấm kim châm, chia thành 8 miếng (giữ nguyên phần đế)
- 1 ly nước
- 2 TB Năng lượng-G
- 1 chén bột bắp, cộng thêm nếu cần
- nhiều dầu hạt cải, dầu thực vật hoặc dầu hạt nho

ĐỂ LẮP RÁP
- 4 tấm nori nướng
- 4 TB hạt vùng trắng (tùy chọn)
- Mayo thuần chay 4 TB
- 4 TB Sriracha
- 8 lá tía tô
- 1 TB hạt mè đen, để trang trí

Hướng

1. Để làm cơm sushi, cho gạo và nước vào nồi cơm điện và nấu theo hướng dẫn của nhà sản xuất. Sau khi hoàn thành, nêm giấm gạo, đường và muối rồi để nguội.
2. Để làm nấm, cho vài inch dầu vào lò nướng kiểu Hà Lan nhỏ, nặng hoặc nồi gang trên lửa vừa cao.
3. Trong khi chờ đợi, trộn nước và Ener-G vào một cái bát nhỏ, nông, sau đó ném hai miếng enoki vào hỗn hợp và trộn đều. Lắc cho hết hơi ẩm, sau đó cho vào bột ngô, dùng tay đảo nhẹ.
4. Kiểm tra độ sẵn sàng của dầu bằng cách cho một ít bột bắp vào. Nếu nó kêu xèo xèo ngay lập tức thì bạn đã sẵn sàng để chiên. Lắc sạch phần bột ngô dư thừa trên nấm (Xem Hình 1 ở trên) rồi

nhẹ nhàng thả chúng vào dầu bằng cách sử dụng một cái skimmer và chiên khoảng 3 phút, thỉnh thoảng đảo trong dầu.

5. Chuyển nấm đã chiên vào khăn giấy rồi rắc ngay một ít muối rồi để ráo nước trong khi bạn lặp lại quy trình theo mẻ với những nấm còn lại.

6. Để gói các cuộn, chia cơm nguội thành 4 phần. Cho tấm thảm sushi vào túi Ziploc lớn hoặc dùng màng bọc thực phẩm bọc lại. Đặt một tấm nori có mặt sáng bóng úp xuống trên tấm thảm. Làm ẩm ngón tay của bạn bằng một ít nước để gạo không dính vào chúng, sau đó trải đều gạo lên tấm nori, chừa lại khoảng 1 inch ở phía trên. Rắc một thìa hạt vừng nếu muốn.

7. Trộn sriracha và mayo với nhau. Đặt một thìa nước sốt thành một đường ngang qua phần cơm ở phần gần bạn nhất. (Xem Hình 2 ở trên.) Đặt một lá tía tô ở mỗi đầu cuộn.

8. Cắt bỏ phần đế cứng ở đầu nấm, sau đó đặt 2 miếng kim châm vào cuối, chồng lên lá shisho. (Xem Hình 3 ở trên.) Cuộn sushi ra xa bạn, nắm chặt tấm thảm nhưng nhẹ nhàng.

9. Sau khi cuộn xong, dùng nước bịt kín phần cuối hoặc thêm vài hạt gạo vào cuối để giúp bịt kín. Bây giờ hãy cắt sushi làm đôi bằng một con dao rất sắc (tôi cho lưỡi dao dưới nước nóng để cắt sạch hơn), sau đó chia mỗi nửa thành hai nửa, sau đó chia hai nửa đó thành hai nửa để tạo thành 8 miếng.

10. Lặp lại quá trình để làm 4 cuộn. Bày ra đĩa, rưới thêm một ít sriracha-mayo và hạt vừng đen nếu muốn.

BÁ SUSHI

49. Bát Sushi vàng và bạc

Thành phần

- 1½ cốc (300 g) cơm Sushi truyền thống hoặc cơm Sushi nấu bằng lò vi sóng nhanh chóng và dễ dàng
- 2 con cua vỏ mềm tempura đã sơ chế hoặc cua vỏ dừa mềm
- 4 oz. (125 g) cá rô phi tươi hoặc phi lê cá trắng khác, cắt thành lát mỏng
- ½ quả dưa chuột Anh hoặc dưa chuột Nhật cắt thành que diêm 4 in (10 cm)
- 2 thìa canh trứng cá capelin (masago) hoặc trứng cá chuồn (tobiko)
- 2 thìa cà phê hành lá băm nhỏ (hành lá), chỉ lấy phần xanh
- Mầm củ cải Daikon (kaiware) hoặc mầm bông cải xanh, để trang trí

Hướng

1. Chuẩn bị Cơm Sushi và tempura hoặc cua vỏ dừa mềm.
2. Tập hợp 2 bát nhỏ. Làm ướt đầu ngón tay trước khi thêm ¾ cốc (150 g) Cơm Sushi vào mỗi bát. Nhẹ nhàng dàn phẳng bề mặt cơm trong mỗi tô. Đặt một con cua vỏ mềm đã chuẩn bị sẵn lên trên mỗi bát. Chia các dải cá rô phi tươi và que diêm dưa chuột vào giữa các bát. Đổ 1 thìa canh cá capelin hoặc trứng cá chuồn vào mỗi bát. Thêm 1 muỗng cà phê hành lá băm nhỏ vào mỗi bát.
3. Phục vụ bát sushi với sốt Ponzu.

50. Ly Sushi màu cam

Thành phần
- 1 cốc (200 g) cơm Sushi truyền thống đã chuẩn bị sẵn
- 2 quả cam rốn không hạt
- 2 muỗng cà phê mận hái
- 2 thìa cà phê hạt vừng rang
- 4 lá tía tô (tía tô) lớn hoặc lá húng quế
- 4 thìa cà phê hành lá băm nhỏ (hành lá), chỉ lấy phần xanh
- 4 thanh cua giả kiểu chân
- Một tấm nori 4 x 7 inch (10 x 18 cm)

Hướng
1. Chuẩn bị cơm Sushi.
2. Cắt cam làm đôi theo chiều ngang. Cắt một lát nhỏ ở dưới cùng của mỗi nửa để mỗi nửa đặt phẳng trên thớt. Dùng thìa để loại bỏ phần bên trong của mỗi nửa quả. Dự trữ bất kỳ loại nước trái cây, bột giấy và các phần nào cho mục đích sử dụng khác, chẳng hạn như Nước sốt Ponzu.
3. Nhúng đầu ngón tay của bạn vào nước và cho khoảng 2 thìa cơm Sushi đã chuẩn bị vào trong mỗi bát màu cam. (Cách khác, dùng thìa gỗ hoặc thìa nhựa nhúng vào nước để thêm cơm vào bát.) Phết $\frac{1}{2}$ thìa cà phê mận ngâm lên cơm. Thêm 2 muỗng canh gạo khác vào mỗi bát. Rắc $\frac{1}{2}$ thìa cà phê vừng rang lên cơm.
4. Nhét một lá tía tô (tía tô) vào góc mỗi bát. Cho 1 thìa cà phê hành lá vào trước lá tía tô trong mỗi bát. Lấy những chiếc que cua giả chà xát giữa lòng bàn tay để xé nhỏ hoặc dùng dao cắt thành từng miếng nhỏ. Xếp một thanh cua lên trên mỗi bát.
5. Để phục vụ, hãy dùng dao cắt nori thành từng mảnh que diêm. Đặt một ít mảnh nori lên trên mỗi bát. Ăn kèm với nước tương, nếu muốn.

51. Bát Sushi cá ngừ mè

Thành phần
- ¾ cốc (150 g) cơm Sushi truyền thống hoặc cơm Sushi nấu bằng lò vi sóng nhanh chóng và dễ dàng
- Một nắm củ cải daikon cắt xoắn ốc
- 6 oz. (200 g) Cá ngừ Tataki, cắt thành lát ¼ inch (6 mm)
- ½ quả chanh, để trang trí

Hướng
1. Chuẩn bị Cơm Sushi và Cá ngừ Tataki.
2. Làm ướt đầu ngón tay trước khi đặt Cơm Sushi vào tô nhỏ. Nhẹ nhàng làm phẳng bề mặt gạo.
3. Đổ củ cải đã cắt nhỏ vào phía sau bát. Xếp các lát cá ngừ lên trên bát, đặt một số lát lên củ cải. (Nếu sử dụng Hỗn hợp cá ngừ cay, chỉ cần đổ hỗn hợp vào giữa bát.) Cắt chanh thành từng lát mỏng và dùng các lát này để lấp đầy những khoảng trống.
4. Ăn kèm sốt Ponzu.
5. Nhẹ nhàng ấn cơm sushi đã chuẩn bị vào bát phục vụ. Đừng đóng gói gạo.
6. Đặt gò daikon ở phía trên bên trái của bát. Nếu muốn, hãy cắm một nhánh thảo mộc để trang trí lên trên củ cải.
7. Xếp các lát tataki cá ngừ thành hai hàng; một cái ở dưới đáy bát và cái còn lại ở giữa. Lấp đầy những chỗ trống bằng những lát chanh hoặc đồ trang trí khác.

52.　Bát xào Sushi

Thành phần
- 1½ cốc (300 g) Cơm Sushi truyền thống hoặc Cơm Sushi nấu chín nhanh và dễ dàng bằng lò vi sóng hoặc Cơm Sushi nâu
- 4 lá xà lách bơ lớn
- ½ cốc (100 g) đậu phộng rang, thái nhỏ
- 4 thìa cà phê hành lá băm nhỏ (hành lá), chỉ lấy phần xanh
- 4 cây nấm đông cô lớn, rửa sạch, cắt bỏ cuống và thái lát mỏng
- Đậu hũ trộn cay
- ½ củ cà rốt, cắt xoắn ốc hoặc cắt nhỏ

Hướng
1. Chuẩn bị cơm trộn đậu phụ cay và cơm sushi.
2. Xếp lá xà lách bơ lên khay phục vụ. Khuấy đều Cơm Sushi đã chuẩn bị, đậu phộng rang, hành lá băm nhỏ và các lát nấm hương trong tô vừa.
3. Chia cơm trộn vào các "bát" rau diếp. Nhẹ nhàng gói cơm vào tô rau diếp.
4. Chia hỗn hợp đậu phụ cay vào giữa các bát rau diếp. Trên mỗi cái có một ít cuộn hoặc sợi cà rốt. Phục vụ các món xào với một ít Xi-rô đậu nành ngọt nếu muốn.

53. Bát Sushi trứng, phô mai và đậu xanh

Thành phần

- 1½ cốc (300 g) cơm Sushi truyền thống hoặc cơm Sushi nấu bằng lò vi sóng nhanh chóng và dễ dàng
- 10 đậu xanh, chần và cắt dài ½ inch (1,25 cm)
- 1 miếng trứng tráng kiểu Nhật, cắt thành từng miếng nhỏ
- 4 muỗng canh phô mai dê, vụn
- 2 thìa cà phê hành lá băm nhỏ (hành lá), chỉ lấy phần xanh

Hướng

1. Chuẩn bị Cơm Sushi và Trứng tráng kiểu Nhật.
2. Tập hợp 2 bát nhỏ. Làm ướt đầu ngón tay trước khi thêm ¾ cốc (150 g) Cơm Sushi vào mỗi bát. Nhẹ nhàng dàn phẳng bề mặt cơm trong mỗi tô. Chia đậu xanh, trứng ốp la và phô mai dê vào giữa 2 bát theo hình dáng hấp dẫn.
3. Khi dùng, rắc 1 thìa cà phê hành lá vào mỗi bát.

54. Bát Sushi sò điệp và măng tây

Thành phần
- 1 cốc (200 g) cơm Sushi truyền thống được chuẩn bị sẵn hoặc cơm Sushi nấu bằng lò vi sóng nhanh chóng và dễ dàng
- 1 muỗng canh trứng cá hồi (ikura)
- 2 con sò biển tươi, bóc vỏ và cắt thành lát mỏng
- 4 quả cà chua bi, cắt tư
- 1 tấm trứng tráng kiểu Nhật
- 4 ngọn măng tây, chần và cắt thành đoạn dài ¼ inch (6 mm)
- 3 lát chanh, để trang trí

Hướng
1. Chuẩn bị Cơm Sushi và Trứng tráng kiểu Nhật. Làm ướt đầu ngón tay trước khi cho Cơm Sushi vào tô nhỏ. Nhẹ nhàng làm phẳng bề mặt gạo. Sắp xếp các lớp trên theo hình mẫu hấp dẫn phía trên miệng bát.
2. Đặt các lát chanh lên trên để trang trí. Ăn kèm sốt Ponzu

55. Bát Sushi Tôm Hùm Cay

Thành phần

- 1½ cốc (300 g) cơm Sushi truyền thống hoặc cơm Sushi nấu bằng lò vi sóng nhanh chóng và dễ dàng
- 1 muỗng cà phê củ gừng tươi nghiền mịn
- Một 8 oz. (250 g) đuôi tôm hùm hấp, bỏ vỏ và thái thành từng miếng nhỏ
- 1 quả kiwi, gọt vỏ và cắt thành lát mỏng
- 2 thìa cà phê hành lá băm nhỏ (hành lá), chỉ lấy phần xanh
- Một nắm củ cải daikon cắt xoắn ốc
- 2 nhánh rau mùi tươi (dải ngò)
- 2 thìa nước ép thanh long hoặc nhiều hơn tùy khẩu vị

Hướng

1. Chuẩn bị cơm Sushi và nước ép rồng.
2. Làm ướt đầu ngón tay trước khi chia Cơm Sushi vào hai bát nhỏ. Nhẹ nhàng dàn phẳng bề mặt cơm trong mỗi tô. Dùng thìa phết ½ thìa cà phê củ gừng tươi bào lên cơm trong mỗi bát.
3. Chia đôi huy chương tôm hùm và quả kiwi. Xếp xen kẽ một nửa lát tôm hùm với một nửa lát trái kiwi lên cơm trong một bát, chùa lại một khoảng trống nhỏ. Lặp lại mô hình trong bát khác. Đặt 1 thìa cà phê hành lá băm nhỏ gần phía trước mỗi bát. Chia củ cải daikon cắt xoắn ốc vào hai bát, lấp đầy khoảng trống.
4. Để phục vụ, đặt một nhánh rau mùi tươi trước củ cải daikon trong mỗi bát. Múc 1 thìa nước ép thanh long lên tôm hùm và quả kiwi trong mỗi bát.

56. Bát Sushi Ham và Đào

Thành phần
- 2 cốc đã chuẩn bị sẵn (400 g) Cơm Sushi truyền thống hoặc Cơm Sushi vi sóng nhanh chóng và dễ dàng
- 1 quả đào lớn, bỏ hạt và cắt thành 12 miếng
- ½ cốc (125 ml) Sốt cơm sushi
- ½ muỗng cà phê nước sốt tỏi ớt
- Một chút dầu mè đen
- 4 oz. (125 g) prosciutto, cắt thành dải mỏng
- 1 bó cải xoong, bỏ cuống dày

Hướng
1. Chuẩn bị Cơm Sushi và nước sốt Sushi bổ sung.
2. Đặt những miếng đào vào tô vừa. Thêm Sốt cơm Sushi, tương ớt tỏi và dầu mè đen. Trộn đều đào trong nước xốt trước khi đậy nắp. Để đào ở nhiệt độ phòng trong nước ướp trong ít nhất 30 phút và tối đa 1 giờ.
3. Tập hợp 4 bát phục vụ nhỏ. Làm ướt đầu ngón tay trước khi cho ½ cốc (100 g) Cơm Sushi đã chuẩn bị vào mỗi tô. Nhẹ nhàng làm phẳng bề mặt gạo. Chia đều lớp phủ trên theo hình hấp dẫn lên trên mỗi bát, mỗi khẩu phần có 3 lát đào. (Bạn có thể rút hầu hết chất lỏng ra khỏi quả đào trước khi đổ vào bát, nhưng đừng vỗ khô chúng.)
4. Dùng nĩa và nước tương để chấm nếu muốn.

57. Bát Sushi Sườn Ngắn Nướng

Thành phần
- 2 cốc (400 g) Cơm Sushi truyền thống, Cơm Sushi nấu chín nhanh và dễ dàng bằng lò vi sóng hoặc Cơm Sushi nâu
- 1 lb. (500 g) sườn heo không xương
- 2 muỗng canh đường thô hoặc đường nâu nhạt
- 1 muỗng canh giấm gạo
- 2 muỗng canh dầu ăn
- 2 thìa cà phê nước tương
- ½ thìa cà phê tỏi băm
- 2 thìa gừng thái nhỏ
- ½ quả bơ, gọt vỏ, bỏ hạt và cắt thành từng lát mỏng
- ¼ dưa chuột Anh (dưa chuột Nhật), bỏ hạt và cắt thành que diêm
- ¼ cốc (60 g) xoài khô, cắt thành dải mỏng

Hướng
1. Chuẩn bị cơm Sushi.
2. Chà sườn ngắn với đường. Trộn đều giấm gạo, dầu ăn, nước tương và tỏi băm trong tô vừa. Đặt sườn vào tô và lật chúng nhiều lần cho ngấm đều. Che chúng lại và để chúng ướp trong 30 phút.
3. Đun nóng gà thịt của bạn đến 500°F (260°C). Đặt các miếng sườn ngắn lên khay nướng thịt hoặc khay giấy. Nướng khoảng 5 phút mỗi mặt. Lấy sườn ngắn ra khỏi khay và để nguội. Cắt sườn ngắn thành từng khúc ½ inch (1,25 cm). (Nếu sườn ngắn có xương, bạn sẽ phải loại bỏ thịt khỏi xương.)
4. Tập hợp 4 bát phục vụ nhỏ. Làm ướt đầu ngón tay trước khi cho ½ cốc (100 g) Cơm Sushi vào mỗi tô. Nhẹ nhàng làm phẳng bề mặt gạo. Rắc ½ thìa gừng thái nhỏ lên cơm. Chia sườn ngắn vào 4 bát. Xếp ¼ lát bơ, que diêm dưa chuột và xoài thành hình hấp dẫn trên bát cơm. Ăn kèm với Xi-rô đậu nành có đường nếu muốn.

58. Bát Sushi Sò Điệp Dynamite

Thành phần

- 2 cốc (400 g) cơm Sushi truyền thống được chuẩn bị sẵn hoặc cơm Sushi vi sóng nhanh chóng và dễ dàng
- 2 thìa cà phê hành lá băm nhỏ (hành lá), chỉ lấy phần xanh
- $\frac{1}{4}$ dưa chuột Anh (dưa chuột Nhật), bỏ hạt và thái hạt lựu nhỏ
- 2 thanh cua giả kiểu chân, cắt nhỏ
- 8 oz. (250 g) sò điệp tươi, bóc vỏ, nấu chín và giữ ấm
- 4 muỗng canh sốt Mayonnaise cay hoặc nhiều hơn tùy khẩu vị
- 2 thìa cà phê hạt vừng rang

Hướng

1. Chuẩn bị Cơm Sushi và Sốt Mayonnaise Cay.
2. Tập hợp 4 ly martini. Đặt $\frac{1}{2}$ thìa cà phê hành lá thái nhỏ vào đáy mỗi ly. Đặt Cơm Sushi và dưa leo thái hạt lựu vào tô nhỏ. Trộn đều. Làm ướt đầu ngón tay trước khi chia hỗn hợp cơm và dưa chuột vào mỗi ly. Nhẹ nhàng làm phẳng bề mặt gạo.
3. Chia thanh cua cắt nhỏ vào giữa các ly. Thêm $\frac{1}{4}$ số sò điệp còn ấm vào mỗi ly. Đổ một thìa sốt Mayonnaise cay lên trên mỗi ly. Dùng đèn khò để đun sốt Mayonnaise cay cho đến khi sủi bọt, khoảng 15 giây. Rắc $\frac{1}{2}$ thìa cà phê hạt mè rang lên trên mỗi ly trước khi dùng.

59. Bát Sushi Ratatouille

Thành phần
- 2 cốc (400 g) Cơm Sushi Truyền thống được chuẩn bị sẵn Cơm Sushi nấu chín nhanh và dễ dàng bằng lò vi sóng hoặc Cơm Sushi nâu
- 4 quả cà chua lớn
- 1 muỗng canh hành lá băm nhỏ (hành lá), chỉ lấy phần xanh
- ½ quả cà tím Nhật nhỏ, rang và cắt thành khối nhỏ
- 4 thìa hành tây chiên
- 2 muỗng canh nước sốt mè

Hướng
1. Chuẩn bị cơm Sushi và nước sốt mì mè.
2. Đun sôi một nồi nước vừa phải trên lửa cao. Thêm cà chua và đun sôi trong 15 giây. Ngâm ngay cà chua vào tô nước đá lớn để nguội. Lột bỏ vỏ.
3. Đặt Cơm Sushi, hành lá, cà tím, hành tây chiên và Nước sốt Mè vào tô vừa và trộn đều.
4. Cắt bỏ phần ngọn của mỗi quả cà chua và múc phần giữa. (Dự trữ bên trong cà chua để sử dụng vào mục đích khác, chẳng hạn như Cuộn cá mòi với gia vị cà chua. Để lại thành dày ¼ inch (6 mm) để có kết quả tốt nhất. Múc ½ cốc (100 g) hỗn hợp Cơm Sushi đã trộn vào mỗi bát cà chua. Sử dụng mặt sau của thìa để nhẹ nhàng làm phẳng cơm. Dùng nĩa dọn ra bát cà chua.

60. Bát Sushi Đậu Hủ Chiên Giòn

Thành phần

- 4 cốc (800 g) Cơm Sushi truyền thống được chế biến sẵn, Cơm Sushi nấu trong lò vi sóng nhanh chóng và dễ dàng hoặc Cơm Sushi nâu
- $\frac{1}{2}$ 6 oz. (175 g) đậu phụ cứng
- 2 thìa canh bột khoai tây hoặc bột bắp (bột ngô)
- 1 lòng trắng trứng lớn, trộn với 1 muỗng cà phê nước
- $\frac{1}{2}$ cốc (50 g) vụn bánh mì (panko)
- 1 muỗng cà phê dầu mè đen
- 1 muỗng cà phê dầu ăn
- $\frac{1}{2}$ muỗng cà phê muối
- Một củ cà rốt, cắt thành que diêm 4 inch (10 cm)
- $\frac{1}{2}$ quả bơ, cắt thành lát mỏng
- 4 muỗng canh hạt ngô, nấu chín
- 4 thìa cà phê hành lá băm nhỏ (hành lá), chỉ lấy phần xanh
- Một tấm nori 4 x 7 inch (10 x 18 cm), cắt thành dải mỏng

Hướng

1. Chuẩn bị cơm Sushi.
2. Cắt đậu phụ thành lát dày $\frac{1}{4}$ inch (6 mm). Kẹp các lát bánh vào giữa các lớp khăn giấy hoặc khăn lau bát đĩa sạch rồi đặt một chiếc tô nặng lên trên. Để các lát đậu phụ ráo nước trong ít nhất 10 phút.
3. Làm nóng lò nướng của bạn đến 375°F (200°C). Nhúng các lát đậu phụ đã ráo nước vào tinh bột khoai tây. Đặt các lát vào hỗn hợp lòng trắng trứng và lật chúng thành lớp phủ. Trộn panko, dầu mè đen, muối và dầu ăn với nhau trong tô vừa. Ấn nhẹ một ít hỗn hợp panko lên từng lát đậu phụ. Đặt các lát lên khay nướng có phủ giấy da. Nướng trong 10 phút, sau đó lật các lát lại. Nướng thêm 10 phút nữa hoặc cho đến khi lớp phủ panko giòn và có màu vàng nâu. Lấy các lát ra khỏi lò và để chúng nguội một chút.
4. Tập hợp 4 bát phục vụ nhỏ. Làm ướt đầu ngón tay trước khi thêm $\frac{3}{4}$ cốc (150 g) Cơm Sushi vào mỗi bát. Nhẹ nhàng dàn phẳng bề mặt cơm trong mỗi tô. Chia các lát đậu phụ panko vào 4 bát. (Hãy nhớ chừa khoảng trống cho các lớp phủ khác!) Thêm $\frac{1}{4}$ que diêm cà rốt vào mỗi bát. Đặt $\frac{1}{4}$ lát bơ vào mỗi bát. Đổ 1 muỗng canh hạt ngô lên trên mỗi bát.
5. Để phục vụ, rắc $\frac{1}{4}$ dải nori lên mỗi bát. Ăn kèm với nước tương ngọt hoặc nước tương.

61. Bát Sushi cá hồi và bơ tươi

Thành phần

- 1½ cốc (300 g) cơm Sushi truyền thống hoặc cơm Sushi nấu bằng lò vi sóng nhanh chóng và dễ dàng
- ¼ củ đậu nhỏ, gọt vỏ và cắt thành que diêm
- ½ quả ớt jalapeño, bỏ hạt và thái nhỏ
- Nước cốt ½ quả chanh
- 4 muỗng canh Sốt cơm Sushi
- 6 oz. (200 g) cá hồi tươi, cắt thành lát
- ¼ quả bơ, gọt vỏ, bỏ hạt và cắt thành lát mỏng
- 2 thìa canh trứng cá hồi (ikura), tùy chọn
- 2 nhánh rau mùi tươi (ngò), để trang trí

Hướng

1. Chuẩn bị Cơm Sushi và Nước sốt Sushi.
2. Trộn que diêm jicama, ớt jalapeño cắt nhỏ, nước cốt chanh và Sốt cơm Sushi trong một chiếc bát nhỏ phi kim loại. Để hương vị hòa quyện trong ít nhất 10 phút. Xả chất lỏng ra khỏi hỗn hợp jicama.
3. Tập hợp 2 bát nhỏ. Làm ướt đầu ngón tay trước khi thêm ¾ cốc (150 g) Cơm Sushi vào mỗi bát. Nhẹ nhàng làm phẳng bề mặt gạo. Xếp ½ củ đậu đã ướp lên trên mỗi bát. Chia các lát cá hồi và bơ vào giữa 2 bát, sắp xếp từng lát thành hình hấp dẫn trên cơm. Thêm 1 muỗng canh trứng cá hồi, nếu dùng, vào mỗi bát.
4. Để phục vụ, đặt một nhánh rau mùi tươi và sốt Ponzu lên trên mỗi bát. xì dầu.

SUSHI GUNKAN VÀ NIGIRI ÉP

62. Sushi cà tím tráng men

Thành phần

- 1½ cốc (300 g) cơm Sushi truyền thống hoặc cơm Sushi nấu bằng lò vi sóng nhanh chóng và dễ dàng
- 1 quả cà tím Nhật nhỏ
- Dầu nấu ăn
- 1 muỗng canh nước tương
- ½ muỗng cà phê dầu mè đen
- ½ muỗng cà phê tương miso
- 1 muỗng cà phê giấm gạo
- 1 muỗng cà phê hạt vừng rang
- 1 muỗng cà phê hành lá băm nhỏ (hành lá), chỉ lấy phần xanh

Hướng

1. Chuẩn bị cơm Sushi.
2. Làm nóng lò nướng ở nhiệt độ 350°F (175°C). Dòng một tấm nướng bánh bằng giấy giấy da. Cắt cà tím thành lát ½ inch (1,25 cm). Trộn nước tương, dầu mè đen, tương miso và giấm gạo với nhau trong một cái bát nhỏ. Thoa đều hỗn hợp lên cả hai mặt của lát cà tím. Đặt các miếng bánh phẳng trên khay nướng có lót giấy da. Nướng trong 7 phút. Làm nguội hoàn toàn các lát cà tím.
3. Đặt một miếng màng bọc thực phẩm lên trên một chiếc chiếu tre. Xếp các lát cà tím thành một hàng ngang trên màng bọc thực phẩm. Làm ướt đầu ngón tay của bạn và trải cơm Sushi lên trên cà tím. Gấp màng bọc thực phẩm xung quanh Cơm Sushi. Lật gói bọc nhựa lại để cơm nằm ở phía dưới. Dùng mảnh tre cuộn sushi thành hình chữ nhật.
4. Nhúng lưỡi dao thật sắc vào nước. Dùng chuyển động cưa, cắt xuyên qua màng bọc thực phẩm để cắt sushi thành 8 miếng. Cẩn thận tháo màng bọc nhựa.
5. Để phục vụ, đặt các miếng lên đĩa phục vụ. Rắc hạt vừng và hành lá lên trên các miếng bánh.

63. Cá ngừ Tataki Nigiri

Thành phần
- 1 cốc (200 g) cơm Sushi truyền thống được chuẩn bị sẵn hoặc cơm Sushi nấu bằng lò vi sóng nhanh chóng và dễ dàng
- 6 oz. (175 g) cá ngừ tươi, cắt thành khối dày 1 in (2,5 cm)
- 3 muỗng canh hạt vừng rang
- Dầu nấu ăn
- Một tấm nori 4 x 7 inch (10 x 18 cm)

Hướng
1. Chuẩn bị cơm Sushi.
2. Đổ hạt mè lên đĩa và đặt khối cá ngừ lên trên. Lật cá ngừ để phủ đều.
3. Đun nóng đủ dầu ở đáy chảo lớn để phủ hoàn toàn dầu. Để dầu nóng. (Tại một thời điểm nào đó, chảo có thể bắt đầu bốc khói. Một ít khói vẫn có thể xảy ra.) Cho cá ngừ đã tráng bột vào chảo và nướng trong khoảng 15-20 giây mỗi mặt. Hãy chắc chắn để làm khô các đầu. Lấy cá ngừ ra và để nguội trong ít nhất 5 phút.
4. Nhúng đầu ngón tay của bạn vào nước và vẩy một ít lên lòng bàn tay. Dùng tay bóp một nắm cơm Sushi đã chuẩn bị có kích thước bằng quả óc chó, khoảng 2 thìa canh, để tạo thành một luống cơm hình chữ nhật gọn gàng. Lặp lại để làm thêm 7 luống gạo nữa.
5. Cắt tấm nori theo chiều ngang thành 8 dải. Cắt ngang cá ngừ phủ vừng thành từng lát dày $\frac{1}{4}$ inch (6 mm). Đặt một miếng cá ngừ vừng lên mỗi luống cơm. Sử dụng các dải nori để dán các lát cá ngừ vừng vào cơm.
6. Để phục vụ, sắp xếp các miếng trên một món ăn phục vụ. Dùng ngay với sốt Ponzu

64. Nigiri Char Bắc Cực

Thành phần
- 1½ cốc (300 g) cơm Sushi truyền thống hoặc cơm Sushi nấu bằng lò vi sóng nhanh chóng và dễ dàng
- 6 oz. (175 g) khối than bắc cực, loại bỏ da
- 1 muỗng canh rượu sake, tùy chọn
- ½ quả chanh cắt thành 10-12 lát mỏng như tờ giấy
- 1 nhánh thì là tươi

Hướng
1. Chuẩn bị cơm Sushi.
2. Cắt char Bắc Cực bằng cách sử dụng khối cắt Hướng thành 10-12 lát. Làm ướt đầu ngón tay của bạn trong nước và vẩy một ít lên lòng bàn tay. Dùng tay bóp một nắm cơm Sushi đã chuẩn bị có kích thước bằng quả óc chó, khoảng 2 thìa canh, để tạo thành một luống cơm hình chữ nhật gọn gàng. Lặp lại để làm thêm 9-11 luống lúa.
3. Nhúng đầu ngón tay của bạn vào rượu sake nếu sử dụng và quét nó qua than Bắc Cực. Lặp lại nếu cần thiết để tạo hương vị nhẹ nhàng cho từng lát than Bắc Cực. Đặt một luống cơm phẳng trong lòng bàn tay trái của bạn và phủ một lát than bắc cực lên trên. Nắm lấy mặt cơm bằng ngón cái và ngón trỏ bên phải. Xoa ngón tay cái bên trái của bạn lên than Bắc Cực để tạo hình. Lặp lại các hướng dẫn với than và gạo Bắc Cực còn lại.
4. Để phục vụ, hãy sắp xếp các miếng sushi trên đĩa phục vụ. Đặt một lát chanh mỏng bằng giấy lên trên mỗi miếng. Xé nhánh thì là thành từng miếng để trang trí từng miếng sushi. Ăn kèm với nước tương nếu muốn.

65. Thịt giăm bông Musubi

Thành phần

- 1½ cốc (300 g) cơm Sushi truyền thống hoặc cơm Sushi nấu bằng lò vi sóng nhanh chóng và dễ dàng
- Một 12 oz. (340 g) lon Thư rác
- Dầu để nấu một tấm nori 4 x 7 in (10 x 18 cm)
- 4 muỗng canh Xi-rô đậu nành có đường, hoặc nhiều hơn tùy khẩu vị
- 2 thìa cà phê hạt vừng rang

Hướng

1. Chuẩn bị Cơm Sushi và Xi-rô đậu nành ngọt.
2. Cắt thư rác theo chiều dọc thành 6 lát đều nhau. Đun nóng đủ dầu ở đáy chảo lớn để phủ hoàn toàn dầu. Chiên các lát Spam cho đến khi mỗi mặt có màu vàng nâu, khoảng 2-3 phút mỗi mặt. Xả các lát chiên trên khăn giấy.
3. Làm ướt đầu ngón tay của bạn trong nước và vẩy một ít lên lòng bàn tay. Bóp một nắm cơm Sushi đã chuẩn bị sẵn có kích thước bằng quả óc chó, khoảng 2 thìa canh, trong tay để tạo thành một lớp cơm hình chữ nhật gọn gàng. Lặp lại để làm thêm 11 luống lúa.
4. Cắt tấm nori theo chiều ngang thành 12 dải. Cắt từng miếng Spam chiên làm đôi theo chiều dọc. Trải một miếng Spam theo chiều dọc lên mỗi luống gạo. Sử dụng các dải nori để dán các lát Spam vào cơm.

66. Nigiri bơ và lựu

Thành phần

- 1½ cốc (300 g) Cơm Sushi truyền thống hoặc Cơm Sushi nấu chín nhanh chóng và dễ dàng bằng lò vi sóng
- 1 muỗng canh mật lựu
- 1 muỗng cà phê nước sốt Ponzu
- ½ quả bơ, cắt thành 16 lát mỏng
- Một tấm nori 4 x 7 inch (10 x 18 cm)
- 2 thìa cà phê hạt lựu

Hướng

1. Chuẩn bị cơm Sushi.
2. Khuấy đều mật lựu và nước sốt Ponzu trong một bát nhỏ.
3. Nhúng đầu ngón tay của bạn vào nước và vẩy một ít lên lòng bàn tay. Dùng tay bóp một nắm cơm Sushi đã chuẩn bị có kích thước bằng quả óc chó, khoảng 2 thìa canh, để tạo thành một luống cơm hình chữ nhật gọn gàng. Lặp lại để làm thêm 7 luống gạo nữa.
4. Cắt ngang 8 dải có chiều rộng mong muốn từ tấm nori. Dự trữ nori còn lại cho mục đích sử dụng khác. Đặt 2 lát bơ lên trên mỗi luống cơm. Cố định chúng vào đúng vị trí bằng "dây an toàn" dải nori.
5. Để phục vụ, sắp xếp các miếng trên một món ăn phục vụ. Múc một ít hỗn hợp lựu lên trên mỗi miếng và phủ một vài hạt lựu lên trên.

67. Shiitake Nigiri

Thành phần
- 1½ cốc (300 g) cơm Sushi truyền thống hoặc cơm Sushi nấu bằng lò vi sóng nhanh chóng và dễ dàng
- 8 cây nấm hương nhỏ, rửa sạch và bỏ cuống
- Dầu nấu ăn
- Một tấm nori 4 x 7 inch (10 x 18 cm)
- 2 muỗng canh nước sốt mè
- 1 muỗng cà phê hạt vừng rang

Hướng
1. Chuẩn bị cơm Sushi và nước sốt mì mè.
2. Dùng dao rạch phần trên của mỗi cây nấm. Đun nóng đủ dầu ở đáy chảo lớn để phủ hoàn toàn dầu. Thêm nấm vào và đun nhẹ để tỏa mùi thơm. Điều này sẽ chỉ mất một vài phút. Lấy ra khỏi chảo và để nguội.
3. Nhúng đầu ngón tay của bạn vào nước và vẩy một ít lên lòng bàn tay. Dùng tay bóp một nắm cơm Sushi đã chuẩn bị có kích thước bằng quả óc chó, khoảng 2 thìa canh, để tạo thành một luống cơm hình chữ nhật gọn gàng. Lặp lại để làm thêm 7 luống gạo nữa.
4. Cắt ngang 8 dải có chiều rộng mong muốn từ tấm nori. Dự trữ nori còn lại cho mục đích sử dụng khác. Đặt 1 cây nấm lên trên mỗi luống gạo. Để đa dạng, đặt một nửa số nấm lên luống với mặt dưới hướng lên trên. Cố định nấm vào đúng vị trí bằng "dây an toàn" dải nori.
5. Để phục vụ, hãy sắp xếp các miếng sushi nấm lên đĩa phục vụ. Múc một ít Nước sốt Mè lên từng miếng và rắc hạt vừng.

68. Ngăn xếp cá hồi, phô mai và dưa chuột

Thành phần
- 1 cốc (200 g) cơm Sushi truyền thống được chuẩn bị sẵn hoặc cơm Sushi nấu bằng lò vi sóng nhanh chóng và dễ dàng
- 4 muỗng canh kem phô mai, làm mềm
- 1 muỗng cà phê mù tạt
- $\frac{1}{4}$ thìa cà phê vỏ chanh
- Hai tấm nori 4 x 7 inch (10 x 18 cm)
- 4 oz. (125 g) cá hồi hoặc lox hun khói, thái lát mỏng
- $\frac{1}{4}$ dưa chuột Anh hoặc dưa chuột Nhật, cắt thành từng lát mỏng như giấy
- 1 muỗng canh trứng cá hồi

Hướng

1. Chuẩn bị cơm Sushi.
2. Trộn phô mai kem, bột wasabi và vỏ chanh với nhau trong một cái bát nhỏ. Cắt tấm nori làm đôi theo chiều dọc. Đặt hai mảnh lên bề mặt làm việc của bạn, mặt thô hướng lên trên và đặt hai mảnh còn lại sang một bên. Làm ướt đầu ngón tay của bạn và phết 4 thìa cơm Sushi lên bề mặt của một nửa nori. Lặp lại điều này cho nửa nori còn lại. Phết 1 thìa hỗn hợp kem phô mai lên cơm.
3. Chia cá hồi hun khói làm đôi. Trải nó theo kiểu bánh sandwich lên bề mặt của nửa nori phủ kem phô mai. Đẩy chúng sang một bên và lấy 2 nửa nori còn lại. Đặt chúng lên trên bề mặt làm việc của bạn. Làm ướt đầu ngón tay của bạn và phết 4 thìa Cơm Sushi lên mỗi đầu ngón tay. Xếp hai nửa, mặt cơm úp lên trên cá hồi hun khói.
4. Trải 1 muỗng canh hỗn hợp phô mai kem lên bề mặt của mỗi chồng cơm đã phủ. Xếp các lát dưa chuột lên trên mỗi chồng theo kiểu chồng lên nhau một chút. Đặt một miếng bọc nhựa lên mỗi chồng. Dùng chiếu tre ấn nhẹ các chồng giấy. Giữ nguyên màng bọc thực phẩm và dùng dao sắc cắt từng chồng thành từng lát. Một lần nữa, bạn dùng chiếu cuốn tre ấn nhẹ các chồng giấy. Tháo bọc nhựa.
5. Để phục vụ, chuyển miếng sang đĩa phục vụ. Rắc một ít trứng cá hồi lên trên mỗi miếng.

69. Sushi trứng tráng Nhật Bản Tamago Nigiri

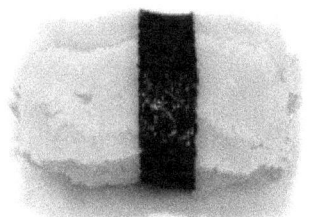

Thành phần
- 4 quả trứng
- $\frac{1}{4}$ cốc nước dùng dashi đã chuẩn bị
- 1 muỗng canh đường trắng
- 1 muỗng cà phê mirin (rượu ngọt Nhật Bản)
- $\frac{1}{2}$ muỗng cà phê nước tương
- $\frac{1}{2}$ muỗng cà phê dầu thực vật, hoặc nhiều hơn nếu cần

Hướng
1. Đánh thật kỹ trứng vào tô; Thêm nước dùng dashi, đường, mirin và nước tương vào cho đến khi đường tan.
2. Đặt chảo chống dính hoặc chảo trứng tráng trên lửa vừa. Đổ dầu thực vật vào chảo. Đổ một lớp mỏng hỗn hợp trứng vào chảo nóng và xoáy đều lên chảo.
3. Khi lớp trứng ở dưới chắc nhưng vẫn còn hơi lỏng ở trên, dùng thìa nhấc mép trứng lên khoảng 1 inch và gấp phần cuối lên trên lớp trứng còn lại; tiếp tục cuộn trứng tráng đến hết và đẩy cuộn trứng ra mép chảo.
4. Dầu vào chảo một lần nữa nếu nó trông khô; đổ một lớp trứng mỏng khác vào chảo và nhấc cuộn trứng lên để trứng chảy bên dưới cuộn trứng tráng. Gấp cuộn trứng tráng lên trên lớp trứng mới, tiếp tục cuộn đến hết như trước. Đẩy món trứng tráng vào mép chảo.
5. Đổ một lớp trứng mới vào chảo, tra dầu vào chảo nếu cần. Cuộn trứng tráng lại để kết hợp lớp trứng tiếp theo vào cuộn. Đổ các lớp mới và lăn vào món trứng tráng cho đến khi hết hỗn hợp trứng.
6. Lấy trứng tráng ra đĩa phục vụ và cắt thành 6 miếng bằng nhau để phục vụ.

70. Masago Gunkan

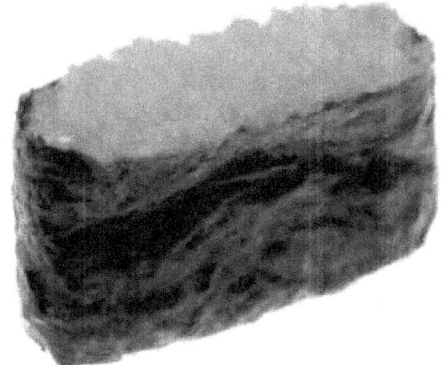

Thành phần

- ½ cốc (100 g) cơm Sushi truyền thống hoặc cơm Sushi nấu bằng lò vi sóng nhanh chóng và dễ dàng
- Hai tấm nori 4 x 7 inch (10 x 18 cm)
- 4 muỗng canh trứng cá capelin (masago)

Hướng

1. Chuẩn bị Cơm Sushi và chia thành 4 phần để tạo thành 4 luống gạo. Cắt nori thành bốn dải 1 ½ x 5 inch (4 x 13 cm). (Bất kỳ nori nào còn lại có thể được lưu lại và cắt thành "dây an toàn" cho các nigiri khác.) Quấn một dải nori, mặt thô hướng vào trong, xung quanh 1 luống gạo để tạo thành bức tường. Có thể cần phải sử dụng một hạt gạo làm "keo" cho các cạnh. Lặp lại cho 3 luống gạo và nori còn lại.
2. Để phục vụ, hãy múc 1 thìa masago lên mỗi lớp Cơm Sushi.

71. Cá mòi Nigiri

Thành phần
- 1½ cốc (300 g) cơm Sushi truyền thống hoặc cơm Sushi nấu bằng lò vi sóng nhanh chóng và dễ dàng
- 4 oz. (120 g) hộp cá mòi
- Một tấm nori 4 x 7 inch (10 x 18 cm)
- 1 nhánh lá ngò tươi (ngò)
- ½ muỗng cà phê củ gừng tươi nghiền mịn
- ¼ thìa cà phê tỏi băm nhuyễn

Hướng
1. Chuẩn bị cơm Sushi.
2. Lấy cá mòi ra khỏi nước đóng hộp và vỗ nhẹ cho khô. Nhúng đầu ngón tay của bạn vào nước và vẩy một ít lên lòng bàn tay. Bóp một viên cơm Sushi cỡ quả óc chó, khoảng 2 thìa canh, trong tay tạo thành một hình chữ nhật gọn gàng. Lặp lại để làm thêm 6-7 luống gạo.
3. Cắt ngang 8 dải có chiều rộng mong muốn từ tấm nori. Dự trữ nori còn lại cho mục đích sử dụng khác. Đặt 1 con cá mòi lên trên mỗi luống gạo. Cố định cá mòi vào đúng vị trí bằng "dây an toàn" dải nori.
4. Để phục vụ, đặt cá mòi lên đĩa phục vụ. Cắt bỏ phần cuống của nhánh rau mùi tươi (ngò). Trên mỗi con cá mòi có 1 lá rau mùi (ngò) tươi. Chia củ gừng tươi bào sợi vào giữa các con cá mòi. Thêm một ít tỏi nghiền lên trên mỗi con cá mòi.

72. Nigiri vịt hun khói

Thành phần

- 1½ cốc (300 g) cơm Sushi truyền thống hoặc cơm Sushi nấu bằng lò vi sóng nhanh chóng và dễ dàng
- 12 oz. (340 g) ức vịt hun khói, còn nguyên da
- Dầu nấu ăn
- Một tấm nori 4 x 7 inch (10 x 18 cm)
- 2 muỗng canh Xi-rô đậu nành có đường
- 1 thìa cà phê hành lá băm nhỏ (hành lá), chỉ lấy phần xanh

Hướng

1. Chuẩn bị Cơm Sushi và Xi-rô đậu nành ngọt.
2. Lột da ức vịt và cắt thành từng miếng mỏng. Đun nóng đủ dầu ở đáy chảo lớn để phủ hoàn toàn dầu. Thêm các lát da vịt vào và nấu cho đến khi giòn và có màu vàng nâu, khoảng 3 phút. Xả vịt quay trên khăn giấy hoặc khăn bếp sạch.
3. Cắt ức vịt thành 10-12 lát mỏng. Nhúng đầu ngón tay của bạn vào nước và vẩy một ít lên lòng bàn tay. Dùng tay bóp một nắm cơm Sushi đã chuẩn bị có kích thước bằng quả óc chó, khoảng 2 thìa canh, để tạo thành một luống cơm hình chữ nhật gọn gàng. Lặp lại để tạo đủ luống cơm cho những lát vịt hun khói.
4. Cắt tấm nori theo chiều ngang thành các dải vừa đủ với số lát vịt hun khói. Đặt một lát vịt lên mỗi chiếc giường hoặc cơm và cố định chúng vào vị trí bằng "dây an toàn" dải nori.
5. Sắp xếp sushi trên đĩa phục vụ. Rưới Xi-rô đậu nành ngọt lên các miếng bánh. Trải vịt quay lên trên rồi đến hành lá.

73. Trứng quỷ và bơ Gunkan

Thành phần

- ½ cốc (100 g) cơm Sushi truyền thống hoặc cơm Sushi nấu bằng lò vi sóng nhanh chóng và dễ dàng
- Hai tấm nori 4 x 7 inch (10 x 18 cm)
- 4 thìa bơ cắt nhỏ
- Chút muối
- Nước ép ¼ quả chanh
- 4 lòng đỏ trứng cút
- 4 muỗng cà phê Mayonnaise cay
- 1 thìa cà phê hành lá băm nhỏ (hành lá), chỉ lấy phần xanh

Hướng

1. Chuẩn bị cơm Sushi và sốt Mayonnaise cay.
2. Chia Cơm Sushi thành 4 phần và làm 4 luống cơm. Cắt nori thành bốn dải 1 ½ x 5 inch (4 x 13 cm). (Bất kỳ nori nào còn lại có thể được lưu lại và cắt thành "dây an toàn" cho các nigiri khác.) Quấn một dải nori, mặt thô hướng vào trong, xung quanh 1 luống gạo để tạo thành bức tường. Có thể cần phải sử dụng một hạt gạo làm "keo" cho các cạnh. Lặp lại cho 3 luống gạo và nori còn lại.
3. Trộn bơ cắt nhỏ, một chút muối và nước cốt chanh với nhau trong một cái bát nhỏ. Múc 1 thìa hỗn hợp lên mỗi luống cơm. Đặt 1 lòng đỏ trứng cút vào giữa mỗi miếng sushi phủ bơ. Múc 1 thìa sốt Mayonnaise cay lên trên mỗi quả trứng cút. Dùng đèn khò đun nhẹ sốt Mayonnaise cay cho đến khi chín, khoảng 7-8 giây.
4. Khi dùng, rắc hành lá (hành lá) lên trên miếng sushi và dùng ngay.

74. Nigiri cá ngừ trắng

Thành phần
- 1¼ cốc (250 g) cơm Sushi truyền thống hoặc cơm Sushi nấu bằng lò vi sóng nhanh chóng và dễ dàng
- 6 oz. (150 g) cá ngừ trắng tươi, cắt thành khối dày 1 in (2,5 cm)
- 2 muỗng canh Sốt Ponzu, cộng thêm để chấm
- ¼ thìa cà phê hành tím băm nhuyễn
- ¼ thìa cà phê tỏi băm nhuyễn
- ½ muỗng cà phê cà rốt nghiền mịn

Hướng
1. Chuẩn bị cơm Sushi.
2. Dùng đèn khò đốt nhẹ bên ngoài cá ngừ trắng. Ngoài ra, xiên cá ngừ trắng bằng xiên kim loại và nướng bên ngoài cá trên ngọn lửa của bếp ga. Để cá nguội khi chạm vào.
3. Cắt cá ngừ trắng theo hướng cắt khối thành 10-12 lát. Làm ướt đầu ngón tay của bạn trong nước và vẩy một ít lên lòng bàn tay. Dùng tay bóp một nắm cơm Sushi đã chuẩn bị có kích thước bằng quả óc chó, khoảng 2 thìa canh, để tạo thành một luống cơm hình chữ nhật gọn gàng. Lặp lại để làm thêm 8 luống gạo nữa.
4. Đặt một luống cơm phẳng trong lòng bàn tay trái của bạn và phủ một lát cá ngừ trắng lên trên. Nắm lấy mặt cơm bằng ngón cái và ngón trỏ bên phải. Xoa ngón cái bên trái lên cá ngừ trắng để tạo hình. Lặp lại hướng dẫn với cá ngừ trắng và cơm còn lại.
5. Để phục vụ, hãy sắp xếp các miếng sushi cá ngừ trắng trên đĩa phục vụ. Quét một ít nước sốt Ponzu lên từng miếng. Phủ lên trên mỗi miếng một ít hành tây vàng bào, tỏi băm và cà rốt bào sợi. Ăn kèm thêm sốt Ponzu nếu muốn.

75. Nigiri đậu phụ hun khói

Thành phần
- 1½ cốc (300 g) cơm Sushi truyền thống hoặc cơm Sushi nấu bằng lò vi sóng nhanh chóng và dễ dàng
- 16 oz. (500 g) đậu phụ gói, đã ráo nước trong gói
- ½ cốc (125 ml) Sốt Tempura
- Một tấm nori 4 x 7 in (10 x 18 cm)
- 4 muỗng canh Sốt cơm Sushi
- ½ muỗng cà phê dầu mè đen
- ½ muỗng cà phê nước sốt tỏi ớt

Hướng
1. Chuẩn bị cơm Sushi và sốt Tempura.
2. Đặt đậu phụ giữa nhiều lớp khăn giấy trên một mặt phẳng. Đặt một cái bát và một đồ hộp nặng lên trên. Để đậu phụ ráo nước ít nhất 15 phút. Trong khi chờ đậu phụ, cho một ít khoai tây chiên vào nước để ngâm.
3. Đặt đậu phụ vào tô nhỏ và thêm Sốt Tempura. Xoay nó một vài lần để phủ. Để đậu hũ ướp khoảng 10 phút.
4. Làm nóng lò nướng ngoài trời của bạn. Bọc dăm gỗ đã ngâm trong giấy nhôm. Dùng đũa đâm thủng lá nhôm nhiều lần. Thêm gói giấy bạc vào vỉ nướng. Khi nó bắt đầu bốc khói, đặt đậu phụ đã ướp lên giá nướng và đóng nắp nướng lại. Hút đậu phụ trong 20 phút. Lấy ra khỏi vỉ nướng và để nguội hoàn toàn.
5. Nhúng đầu ngón tay của bạn vào nước và vẩy một ít lên lòng bàn tay. Dùng tay bóp một nắm cơm Sushi đã chuẩn bị có kích thước bằng quả óc chó, khoảng 2 thìa canh, để tạo thành một luống cơm hình chữ nhật gọn gàng. Lặp lại để làm thêm 9 luống gạo nữa.
6. Cắt ngang đậu phụ hun khói thành từng lát dày $\frac{1}{4}$ inch (6 mm). Cắt ngang 8 dải có chiều rộng mong muốn từ tấm nori. Dự trữ nori còn lại cho mục đích sử dụng khác. Trên mỗi luống cơm có 1 lát đậu phụ hun khói. Cố định các lát cắt vào đúng vị trí bằng "dây an toàn" dải nori.
7. Để phục vụ, hãy sắp xếp các miếng sushi hun khói trên đĩa phục vụ. Trộn đều nước sốt cơm Sushi, dầu mè đen và tương ớt tỏi trong một đĩa nhỏ. Quét một ít hỗn hợp lên từng miếng đậu phụ hun khói.

76. Nigiri sò điệp xào tỏi

Thành phần
- $\frac{1}{2}$ cốc (100 g) cơm Sushi truyền thống hoặc cơm Sushi nấu bằng lò vi sóng nhanh chóng và dễ dàng
- 2 con sò biển tươi, bóc vỏ
- $\frac{1}{2}$ thìa cà phê tỏi băm
- Chút muối
- $\frac{1}{2}$ muỗng cà phê dầu mè đen

Hướng
1. Chuẩn bị cơm Sushi.
2. Làm ướt đầu ngón tay và vẩy nước vào lòng bàn tay. Chia Cơm Sushi thành 4 luống gạo.
3. Cắt mỗi con sò làm đôi theo chiều ngang. Cắt mỗi nửa con sò ở giữa thành hình con bướm. Đừng cắt xuyên suốt. Phủ từng con sò điệp bơ lên trên từng luống cơm.
4. Trộn tỏi, một chút muối và dầu mè đen vào một chiếc đĩa nhỏ. Rải đều hỗn hợp lên bề mặt của từng con sò bằng mặt sau của thìa. Dùng đèn khò đốt từng con sò để bề mặt có màu nâu nhạt. Ăn kèm với nước tương.

SUSHI CUỘN TAY (TEMAKI)

77. Chả mực cay cầm tay

Thành phần

- 1 cốc (200 g) cơm Sushi truyền thống được chuẩn bị sẵn hoặc cơm Sushi nấu bằng lò vi sóng nhanh chóng và dễ dàng
- 8 khoanh mực tươi mỏng (2 oz./50 g)
- 4 thìa ruồi
- 4 muỗng canh bột mì
- 2 muỗng canh vụn bánh mì Nhật Bản (panko)
- 1 muỗng cà phê gạo furikake
- Chút muối
- Dầu để chiên
- 4 muỗng canh Tương ớt ngọt và nhiều hơn nữa để phục vụ
- Bốn tấm nori 4 x 7 in (10 x 18 cm)
- 2 thìa cà phê củ gừng tươi nghiền mịn
- ½ quả bơ, gọt vỏ, bỏ hạt và cắt thành 8 lát
- 4 muỗng cà phê hạt vùng, nướng
- 4 miếng hành lá (hành lá), phần trắng cắt bỏ

Hướng

1. Chuẩn bị cơm Sushi và tương ớt ngọt.
2. Đặt mực vào một cái bát nhỏ với một nửa ruỗi.
3. Khuấy đều bột mì, vụn bánh mì panko, furikake và một chút muối trong một cái bát nhỏ. Lấy mực ra khỏi nửa ruỗi và trộn đều với hỗn hợp bột. (Nó sẽ có vẻ vón cục.) Đun nóng 1 inch (2,5 cm) dầu trong chảo ở nhiệt độ 350°F (175°C). Chiên mực đã tẩm bột cho đến khi bột vàng, khoảng 3 phút. Xả trên khăn giấy trong vài giây. Chuyển mực vào tô vừa và trộn với Tương ớt ngọt.
4. Căn chỉnh 1 tấm nori ngang lòng bàn tay trái của bạn với mặt thô hướng lên trên. Nhấn 4 thìa cơm Sushi đã chuẩn bị vào bên trái ⅓ của nori. Rắc ½ thìa cà phê củ gừng tươi lên cơm.
5. Xếp 2 lát bơ thẳng hàng vào giữa cơm. Phủ ¼ con mực chiên lên trên. Rắc 1 thìa cà phê hạt mè và thêm một miếng hành lá.
6. Lấy góc dưới bên trái của nori và gấp nó lên trên phần nhân cho đến khi chạm tới điểm trên cùng, ngay bên ngoài cơm. Cuộn cuộn xuống dưới tạo thành hình nón chặt cho đến khi tất cả nori được quấn quanh. Nếu muốn, hãy cố định phần mép lỏng lẻo bằng một hạt gạo.
7. Lặp lại hướng dẫn với nori, gạo và nhân còn lại. Ăn ngay với tương ớt ngọt bổ sung nếu muốn.

78. Cá trê nướng tay cuộn

Thành phần
- 1 cốc (200 g) cơm Sushi truyền thống hoặc nấu chín nhanh chóng và dễ dàng bằng lò vi sóng
- 8 lát cá trê nướng
- 2 thìa cà phê hạt vừng rang
- Bốn tấm nori 4 x 7 in (10 x 18 cm)
- 4 thìa cà phê Xi-rô đậu nành có đường, hoặc nhiều hơn tùy khẩu vị
- 4 thìa cà phê củ cải daikon nghiền mịn
- Một quả dưa chuột Anh hoặc dưa chuột Nhật Bản, bỏ hạt và cắt thành que diêm dài 4 in (10 cm)

Hướng
1. Chuẩn bị Cơm Sushi, Cá trê nướng và Xi-rô đậu nành có đường.
2. Đặt các lát cá da trơn nướng lên một miếng giấy nhôm và đun nóng trong lò nướng bánh mì ở nhiệt độ cao trong 30-45 giây để làm ấm. Rắc hạt mè.
3. Căn chỉnh 1 tờ nori trong lòng bàn tay trái của bạn với mặt thô hướng lên trên. Nhấn 4 thìa cơm Sushi đã chuẩn bị vào bên trái ⅓ của nori.
4. Rưới 1 thìa cà phê Xi-rô đậu nành ngọt và 1 thìa cà phê củ cải daikon bào vào giữa cơm. Xếp 2 lát cá trê nướng thành một hàng dọc theo cơm. Xếp ¼ que diêm dưa chuột lên trên.
5. Cuộn nori thành hình trụ thật chặt. Lặp lại các hướng dẫn với nori, gạo và nhân còn lại. Phục vụ các cuộn ngay lập tức.

79. Cuốn tay Tempura rau củ

Thành phần

- 1 cốc (200 g) cơm Sushi truyền thống được chuẩn bị sẵn hoặc cơm Sushi nấu bằng lò vi sóng nhanh chóng và dễ dàng
- Bột Tempura cơ bản
- Dầu để chiên
- 16 đậu xanh, bỏ đầu và dây, chần qua
- 4 muỗng canh tinh bột khoai tây hoặc bột bắp (bột ngô)
- Bốn tấm nori 4 x 7 in (10 x 18 cm)
- 4 thìa cà phê hạt vừng rang
- 4 thìa cà phê củ cải daikon nghiền mịn
- 1 muỗng cà phê củ gừng tươi nghiền mịn
- $\frac{1}{4}$ ớt chuông đỏ, cắt thành que diêm
- 4 miếng hành lá (hành lá), cắt bỏ phần trắng

Hướng

1. Chuẩn bị Cơm Sushi và Bột Tempura Cơ bản.
2. Đun nóng 1 inch (2,5 cm) dầu trong chảo đến nhiệt độ 350°F (175°C). Nhúng đậu xanh vào tinh bột khoai tây và rũ bỏ phần thừa. Xoay đậu xanh xung quanh trong Bột Tempura Cơ bản trước khi thêm vào dầu nóng. (Để giòn hơn, hãy đổ 1 thìa bột Tempura lên trên lớp dầu sau khi thêm đậu xanh.) Chiên cho đến khi bột có màu nâu vàng, khoảng 2 phút. Xả trên giá dây.
3. Đặt 1 tờ nori ngang lòng bàn tay trái của bạn với mặt thô hướng lên trên. Nhấn 4 thìa cơm Sushi đã chuẩn bị ở bên trái $\frac{1}{3}$ của nori. Rắc 1 thìa cà phê hạt vừng lên cơm. Phết 1 thìa cà phê củ cải daikon và $\frac{1}{4}$ thìa cà phê củ gừng tươi lên cơm.
4. Xếp 4 đậu xanh thành hàng đôi ở giữa cơm. Phủ $\frac{1}{4}$ que diêm ớt chuông đỏ và 1 miếng hành lá lên trên.
5. Lấy góc dưới bên trái của nori và gấp nó lên trên phần nhân cho đến khi chạm tới điểm trên cùng, ngay bên ngoài cơm. Cuộn cuộn xuống dưới tạo thành hình nón chặt cho đến khi tất cả nori được quấn quanh. Nếu muốn, hãy cố định phần mép lỏng lẻo bằng một hạt gạo.

80. Chả giò da gà giòn

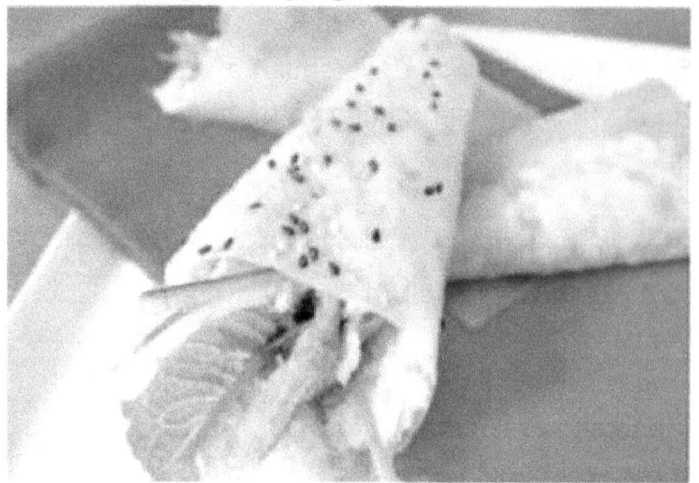

Thành phần
- 1 cốc (200 g) cơm Sushi truyền thống được chuẩn bị sẵn hoặc cơm Sushi nấu bằng lò vi sóng nhanh chóng và dễ dàng
- 6 oz. (175 g) da gà, rửa sạch và thấm khô
- Dầu để chiên
- Muối để nếm
- ½ muỗng cà phê bột ớt đỏ (togarashi) hoặc ớt đỏ xay (cayenne)
- Bốn tờ giấy đậu nành 4 x 7 in (10 x 18 cm)
- 4 muỗng cà phê Mayonnaise cay
- 4 thìa cà phê trứng cá capelin (masago)
- 4 muỗng cà phê đậu wasabi, xắt nhỏ
- 4 thìa cà phê hành lá băm (hành lá)
- Một củ cà rốt, cắt thành que diêm dài 4 inch (10 cm)
- Một quả dưa chuột Anh hoặc dưa chuột Nhật Bản, bỏ hạt và cắt thành que diêm dài 4 in (10 cm)
- 1 lá rau diếp romaine lớn, cắt thành dải mỏng

Hướng
1. Chuẩn bị Cơm Sushi và Sốt Mayonnaise Cay.
2. Cắt da gà thành dải mỏng. Đun nóng ½ inch (1,25 cm) dầu trong chảo ở nhiệt độ 350°F (175°C). Chiên da gà cho đến khi thật giòn, khoảng 5 phút. Cho da gà, muối và bột ớt đỏ vào một cái bát nhỏ.
3. Đặt 1 tờ giấy đậu nành lên lòng bàn tay trái của bạn. Nhấn 4 thìa Cơm Sushi bên trái ⅓ của giấy đậu nành.
4. Phết 1 muỗng cà phê sốt Mayonnaise cay vào giữa cơm. Rải 1 thìa cà phê trứng lên cơm. Phủ 1 thìa cà phê đậu Hà Lan wasabi và 1 thìa cà phê hành lá. Thêm ¼ que diêm cà rốt, ¼ que diêm dưa chuột và ¼ miếng romaine đã cắt. Phủ ¼ phần da gà rán lên trên.
5. Lấy góc dưới bên trái của tờ giấy đậu nành và gấp nó lên trên phần nhân cho đến khi chạm tới điểm trên cùng, ngay ngoài phần cơm. Cuộn cuộn xuống dưới tạo thành hình nón chặt.

81.   Cuộn tay thịt xông khói tráng men

Thành phần
- 1 cốc (200 g) cơm Sushi truyền thống được chuẩn bị sẵn hoặc cơm Sushi nấu bằng lò vi sóng nhanh chóng và dễ dàng
- Bốn giấy đậu nành hoặc nori 4 x 7 in (10 x 18 cm)
- 8 dải thịt xông khói, nấu chín
- 1 xà lách romaine, cắt thành dải mỏng
- $\frac{1}{2}$ quả cà chua, cắt thành 8 miếng
- $\frac{1}{4}$ quả bơ, cắt thành 4 miếng
- 4 muỗng canh Xi-rô đậu nành có đường hoặc nhiều hơn tùy khẩu vị
- 4 muỗng cà phê hạt vừng, nướng

Hướng
1. Chuẩn bị Cơm Sushi và Xi-rô đậu nành có đường.
2. Đặt 1 tờ giấy đậu nành lên lòng bàn tay trái của bạn. Nhấn 4 thìa Cơm Sushi bên trái ⅓ của giấy đậu nành.
3. Xếp 2 dải thịt xông khói vào giữa cơm. Phủ $\frac{1}{4}$ phần Romaine đã cắt lên trên. Thêm 2 miếng cà chua và 1 miếng bơ. Rưới 1 muỗng canh Xi-rô đậu nành có đường lên nhân. Rắc 1 thìa cà phê hạt vừng.
4. Lấy góc dưới bên trái của tờ giấy đậu nành và gấp nó lên trên phần nhân cho đến khi chạm đến điểm trên cùng, ngay ngoài phần cơm. Cuộn cuộn giấy xuống dưới tạo thành hình nón chặt cho đến khi toàn bộ giấy đậu nành được quấn quanh hình nón.
5. Lặp lại các hướng dẫn với giấy đậu nành, gạo và nhân còn lại. Phục vụ các cuộn ngay lập tức.

82. Cá thu cuộn tay dưa chuột

Thành phần
- 1 cốc (200 g) cơm Sushi truyền thống được chuẩn bị sẵn hoặc cơm Sushi nấu bằng lò vi sóng nhanh chóng và dễ dàng
- 4 tờ nori, 4 x 7 in (10 x 18 cm)
- 2 thìa cà phê củ gừng tươi nghiền mịn
- 1 phi lê cá thu tươi đã chuẩn bị sẵn, cắt thành khoảng 8 lát
- Một quả dưa chuột Anh hoặc dưa chuột Nhật Bản, bỏ hạt và cắt thành que diêm dài 4 in (10 cm)
- 4 quả chanh
- 4 thìa cà phê hành lá băm nhỏ (hành lá), chỉ lấy phần xanh

Hướng
1. Chuẩn bị cơm Sushi.
2. Căn chỉnh 1 tấm nori ngang lòng bàn tay trái của bạn với mặt thô hướng lên trên. Nhấn 4 thìa Cơm Sushi bên trái ⅓ của nori. Rắc ½ thìa cà phê củ gừng tươi lên cơm.
3. Rắc ½ thìa cà phê củ gừng tươi lên cơm. Xếp 2 lát cá thu thành một hàng ở giữa cơm. Thêm ¼ que diêm dưa chuột. Vắt 1 quả chanh lên nhân bánh rồi rắc lên 1 thìa cà phê hành lá.
4. Lấy góc dưới bên trái của nori và gấp nó lên trên phần nhân cho đến khi chạm tới điểm trên cùng, ngay bên ngoài cơm. Cuộn cuộn xuống dưới tạo thành hình nón chặt cho đến khi tất cả nori được quấn quanh. Nếu muốn, hãy cố định phần mép lỏng lẻo bằng một hạt gạo.
5. Lặp lại các hướng dẫn với nori, gạo và nhân còn lại. Dùng ngay các cuộn với Sốt Ponzu nếu muốn.

83. Cuộn tay cải xoăn

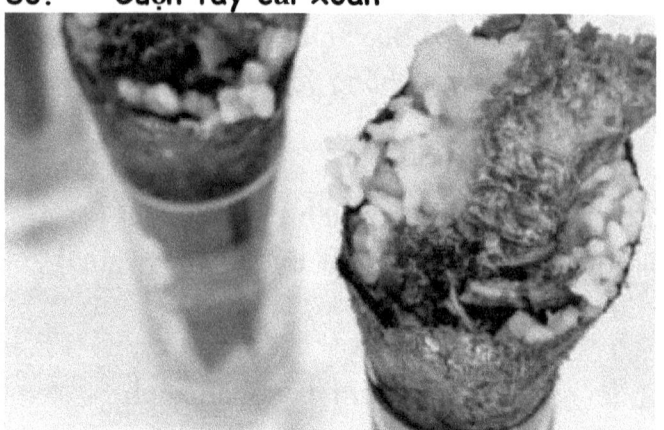

Thành phần

- 1 cốc (200 g) Cơm Sushi Truyền thống được chuẩn bị sẵn Cơm Sushi nấu chín nhanh và dễ dàng bằng lò vi sóng hoặc Cơm Sushi nâu
- 1 bó cải xoăn nhỏ, rửa sạch và để khô
- 1 muỗng canh dầu ăn
- ½ thìa cà phê bột ớt đỏ (togarashi)
- Bốn tấm nori 4 x 7 in (10 x 18 cm)
- 2 muỗng canh gừng kết tinh, cắt nhỏ
- ½ quả táo xanh chua nhỏ, gọt vỏ và cắt thành que diêm
- Một củ cà rốt, cắt thành que diêm dài 4 inch (10 cm)
- 4 muỗng canh nước sốt đậu phộng hoặc nhiều hơn tùy khẩu vị
- 4 thìa cà phê hành lá băm (hành lá)

Hướng

1. Chuẩn bị cơm Sushi và nước sốt đậu phộng.
2. Làm nóng lò nướng ở nhiệt độ 350°F (175°C). Loại bỏ bất kỳ thân và xương cứng nào từ cải xoăn. Đặt cải xoăn lên khay nướng kim loại có phủ giấy da. Rưới dầu lên trên và dùng tay đảo đều để trộn đều. Rắc bột ớt đỏ (togarashi) và muối biển lên cả hai mặt của cải xoăn. Trải cải xoăn thành một lớp mỏng và nướng trong 12 phút, lật các miếng cải xoăn lên nửa chừng. Khoai tây chiên phải nhẹ và giòn. Nếu cần, hãy để chúng nướng thêm 2-3 phút.
3. Căn chỉnh 1 tấm nori ngang lòng bàn tay trái của bạn với mặt thô hướng lên trên. Nhấn 4 thìa cơm Sushi đã chuẩn bị vào bên trái ⅓ của nori. Rắc ½ thìa gừng kết tinh lên cơm.
4. Đặt ¼ số cải xoăn vào giữa cơm. Thêm ¼ que diêm táo Granny Smith và ¼ que diêm cà rốt. Múc 1 thìa nước sốt đậu phộng, hoặc nhiều hơn tùy khẩu vị, phủ lên nhân. Rắc 1 thìa cà phê hành lá lên trên.
5. Lấy góc dưới bên trái của nori và gấp nó lên trên phần nhân cho đến khi chạm tới điểm trên cùng, ngay bên ngoài cơm. Cuộn cuộn xuống dưới tạo thành hình nón chặt cho đến khi tất cả nori được quấn quanh.

84. Cuộn tay Bắc Cực Char

Thành phần
- 1 cốc (200 g) cơm Sushi truyền thống được chuẩn bị sẵn hoặc cơm Sushi nấu bằng lò vi sóng nhanh chóng và dễ dàng
- 4 tờ 4 x 7 in (10 x 18 cm) nori
- 4 muỗng cà phê hạt vừng, nướng
- 6 oz. (175 g) than Bắc Cực tươi, cắt thành 8 dải (hoặc cá hồi)
- Một quả dưa chuột Anh hoặc dưa chuột Nhật Bản, bỏ hạt và cắt thành que diêm dài 4 in (10 cm)
- ¼ quả bơ, gọt vỏ, bỏ hạt và cắt thành 4 miếng
- 4 quả chanh
- 4 miếng hành lá (hành lá), cắt bỏ phần trắng

Hướng
1. Chuẩn bị cơm Sushi.
2. Căn chỉnh 1 tờ nori ngang lòng bàn tay trái của bạn với mặt thô hướng lên trên. Nhấn 4 thìa Cơm Sushi đã chuẩn bị vào bên trái ⅓ của nori. Rắc 1 thìa cà phê hạt vừng lên cơm.
3. Xếp 2 dải than bắc cực thẳng hàng ở giữa cơm. Phủ ¼ que diêm dưa chuột và 1 lát bơ lên trên. Vắt 1 quả chanh lên trên phần nhân và thêm một miếng hành lá.
4. Lấy góc dưới bên trái của nori và gấp nó lên trên phần nhân cho đến khi chạm tới điểm trên cùng, ngay bên ngoài cơm. Cuộn cuộn xuống dưới tạo thành hình nón chặt cho đến khi tất cả nori được quấn quanh. Nếu muốn, hãy cố định phần mép lỏng lẻo bằng một hạt gạo.
5. Lặp lại các hướng dẫn với nori, gạo và nhân còn lại. Phục vụ các cuộn ngay lập tức.

85. Cuộn tay cá ngừ tươi

Thành phần

- 1 cốc (200 g) cơm Sushi truyền thống được chuẩn bị sẵn hoặc cơm Sushi nấu bằng lò vi sóng nhanh chóng và dễ dàng
- 4 tờ nori, 4 x 7 in (10 x 18 cm)
- 2 thìa cà phê củ gừng tươi nghiền mịn
- 6 oz. (175 g) cá ngừ tươi hoặc cá ngừ albacore, cắt ngang thớ thành 12 dải
- Một quả dưa chuột Anh hoặc dưa chuột Nhật Bản, bỏ hạt và cắt thành que diêm dài 4 in (10 cm)
- 4 miếng chanh
- 4 muỗng cà phê hạt vừng, nướng

Hướng

1. Chuẩn bị cơm Sushi.
2. Căn chỉnh 1 tấm nori ngang lòng bàn tay trái của bạn với mặt thô hướng lên trên. Nhấn 4 thìa Cơm Sushi bên trái ⅓ của nori. Rắc ½ thìa cà phê củ gừng tươi lên cơm.
3. Xếp 3 dải cá ngừ tươi thành một hàng ở giữa cơm. Thêm ¼ que diêm dưa chuột. Vắt 1 lát chanh lên nhân bánh rồi rắc lên 1 thìa cà phê hạt vừng.
4. Lấy góc dưới bên trái của nori và gấp nó lên trên phần nhân cho đến khi chạm tới điểm trên cùng, ngay bên ngoài cơm. Cuộn cuộn xuống dưới tạo thành hình nón chặt cho đến khi tất cả nori được quấn quanh. Nếu muốn, hãy cố định phần mép lỏng lẻo bằng một hạt gạo.
5. Lặp lại các hướng dẫn với nori, gạo và nhân còn lại. Phục vụ các cuộn ngay lập tức.

86. Cuộn tay kim chi, cà chua và cá cơm

Thành phần
- 1 cốc (200 g) cơm Sushi truyền thống được chuẩn bị sẵn hoặc cơm Sushi nấu bằng lò vi sóng nhanh chóng và dễ dàng
- 4 tờ nori, 4 x 7 in (10 x 18 cm)
- 8-12 phi lê cá cơm đóng hộp nhỏ, thấm khô bất kỳ chất lỏng đóng hộp nào
- 4 miếng kim chi hoặc nhiều hơn tùy khẩu vị, cắt nhỏ
- ½ quả cà chua, cắt thành 8 miếng

Hướng
1. Chuẩn bị cơm Sushi.
2. Căn chỉnh 1 tấm nori ngang lòng bàn tay trái của bạn với mặt thô hướng lên trên. Nhấn 4 thìa Cơm Sushi bên trái ⅓ của nori.
3. Xếp 2-3 phi lê cá cơm thành một hàng dọc giữa cơm. Thêm 1 muỗng canh kim chi. Đặt 2 miếng cà chua lên trên các miếng trám khác.
4. Lấy góc dưới bên trái của nori và gấp nó lên trên phần nhân cho đến khi chạm tới điểm trên cùng, ngay bên ngoài cơm. Cuộn cuộn xuống dưới tạo thành hình nón chặt cho đến khi tất cả nori được quấn quanh. Nếu muốn, hãy cố định phần mép lỏng lẻo bằng một hạt gạo.
5. Lặp lại hướng dẫn với nori, gạo và nhân còn lại. Phục vụ ngay lập tức.

87. Rau tươi cuộn tay

Thành phần

- 1 cốc (200 g) cơm Sushi truyền thống được chuẩn bị sẵn hoặc cơm Sushi nấu bằng lò vi sóng nhanh chóng và dễ dàng
- 1 muỗng canh miso dán
- 1 muỗng cà phê giấm gạo
- 1 thìa nước cam tươi
- $\frac{1}{2}$ bó bông cải xanh, hấp
- 4 tờ nori, 4 x 7 in (10 cm x 18 cm)
- 1 củ cà rốt, cắt thành que diêm dài 4 inch (10 cm)
- 4 thìa cà phê hành lá băm nhỏ (hành lá), chỉ lấy phần xanh
- 4 muỗng cà phê nho khô

Hướng

1. Chuẩn bị cơm Sushi.
2. Khuấy đều hỗn hợp miso, giấm gạo và nước cam trong một cái bát nhỏ. Cắt bông cải xanh thành từng phần nhỏ và trộn vào hỗn hợp miso.
3. Căn chỉnh nori ngang lòng bàn tay trái của bạn với mặt thô hướng lên trên. Nhấn 4 thìa cơm Sushi đã chuẩn bị vào bên trái ⅓ của nori.
4. Đặt ¼ miếng bông cải xanh vào giữa cơm. Xếp ¼ que diêm cà rốt lên cơm. Rắc 1 thìa cà phê hành lá và 1 thìa cà phê nho khô lên trên.
5. Lấy góc dưới bên trái của nori và gấp nó lên trên phần nhân cho đến khi chạm tới điểm trên cùng, ngay bên ngoài cơm. Cuộn cuộn xuống dưới tạo thành hình nón chặt cho đến khi tất cả nori được quấn quanh. Nếu muốn, hãy cố định phần mép lỏng lẻo bằng một hạt gạo.
6. Lặp lại các hướng dẫn với nori, gạo và nhân còn lại. Dọn nem ngay với nước tương để chấm.

88. Chả Tay Tôm Dừa

Thành phần

- 1 cốc (200 g) cơm Sushi truyền thống được chuẩn bị sẵn hoặc cơm Sushi nấu bằng lò vi sóng nhanh chóng và dễ dàng
- 8 con tôm tươi lớn, bóc vỏ và bỏ chỉ, bỏ đuôi
- 4 muỗng canh tinh bột khoai tây hoặc bột bắp (bột ngô)
- 1 quả trứng lớn 2 muỗng canh nước
- $\frac{1}{2}$ muỗng cà phê muối
- 1 muỗng cà phê gạo furikake
- 2 thìa canh dừa nạo, không đường
- 4 muỗng canh vụn bánh mì Nhật Bản (panko)
- Dầu để chiên
- Bốn tấm nori 4 x 7 in (10 x 18 cm)
- 4 muỗng cà phê nước sốt đậu phộng
- Một quả dưa chuột Anh hoặc dưa chuột Nhật Bản, bỏ hạt và cắt thành que diêm dài 4 in (10 cm)
- $\frac{1}{2}$ quả xoài, gọt vỏ, bỏ hạt và cắt thành que diêm
- 2 thìa cà phê hành lá băm nhỏ (hành lá), chỉ lấy phần xanh

Hướng

1. Chuẩn bị cơm Sushi và nước sốt đậu phộng.
2. Rạch 2 đường nhỏ ở mặt dưới của mỗi con tôm. Lật chúng lại và ấn mạnh xuống để làm phẳng và kéo căng chúng. Lăn từng con tôm qua bột khoai tây hoặc bột ngô (bột ngô) rồi đặt sang một bên.
3. Khuấy đều trứng, nước, muối và furikake (gia vị cơm) trong một cái bát nhỏ. Trộn dừa và vụn bánh mì Nhật vào một tô nhỏ khác.
4. Đun nóng 1 inch (2,5 cm) dầu trong chảo đến nhiệt độ 350°F (175°C). Nhúng từng con tôm vào hỗn hợp trứng, tiếp theo là hỗn hợp dừa khô. Thêm vào dầu nóng và chiên cho đến khi vàng nâu, khoảng 2-2 $\frac{1}{2}$ phút. Xả trên giá dây.
5. Căn chỉnh 1 tờ nori trong lòng bàn tay trái của bạn với mặt thô hướng lên trên. Nhấn 4 thìa cà phê Cơm Sushi đã chuẩn bị vào bên trái ⅓ của nori.

6. Rưới 1 muỗng cà phê nước sốt đậu phộng xuống giữa cơm. Đặt 2 con tôm đã chuẩn bị lên cơm. Phủ $\frac{1}{4}$ que diêm dưa chuột, $\frac{1}{4}$ que diêm xoài và $\frac{1}{2}$ thìa cà phê hành lá lên trên.
7. Lấy góc dưới bên trái của nori và gấp nó lên trên phần nhân cho đến khi chạm tới điểm trên cùng, ngay bên ngoài cơm. Cuộn cuộn xuống dưới tạo thành hình nón chặt cho đến khi tất cả nori được quấn quanh nó. Nếu muốn, hãy cố định phần mép lỏng lẻo bằng một hạt gạo.

89. Cuộn tay sò điệp nướng

Thành phần
- 1 cốc (200 g) cơm Sushi truyền thống được chuẩn bị sẵn hoặc cơm Sushi nấu bằng lò vi sóng nhanh chóng và dễ dàng
- 8 con sò biển tươi, bóc vỏ
- 2 muỗng canh dầu hạt cải
- ¼ muỗng cà phê dầu mè đen
- Nước cốt ½ quả chanh
- Muối để nếm
- Bốn tấm nori 4 x 7 in (10 x 18 cm)
- 4 thìa cà phê hạt vừng rang
- 4 thìa cà phê hạt ngô đã nấu chín
- 4 nhánh rau mùi tươi (ngò)
- ¼ ớt chuông đỏ, cắt thành que diêm
- Một quả dưa chuột Anh hoặc dưa chuột Nhật Bản, bỏ hạt và cắt thành que diêm 4 in (10 cm)

Hướng
1. Chuẩn bị cơm Sushi.
2. Thấm khô sò biển. Trộn dầu canola, dầu mè và nước cốt chanh vào một cái bát nhỏ. Thêm sò điệp và khuấy đều để phủ đều. Rắc muối lên sò điệp. Làm nóng lò nướng ở nhiệt độ cao và nướng sò điệp, mỗi bên 1 phút. Để nguội trước khi cắt từng con sò làm đôi.
3. Căn chỉnh nori ngang lòng bàn tay trái của bạn với mặt thô hướng lên trên. Nhấn 4 thìa cơm Sushi đã chuẩn bị vào bên trái ⅓ của nori. Rắc 1 thìa cà phê hạt vừng lên cơm.
4. Đặt 4 nửa con sò vào giữa cơm. Múc 1 thìa cà phê hạt ngô vào giữa cơm. Thêm 1 nhánh rau mùi tươi, tiếp theo là ¼ que diêm ớt chuông đỏ và ¼ que diêm dưa chuột.
5. Lấy góc dưới bên trái của nori và gấp nó lên trên phần nhân cho đến khi chạm tới điểm trên cùng, ngay bên ngoài cơm. Cuộn cuộn xuống dưới tạo thành hình nón chặt cho đến khi tất cả nori được quấn quanh.

Sashimi

90. Sò điệp Carpaccio

Thành phần
- 1 củ khoai tây nhỏ, gọt vỏ
- Dầu để chiên
- 1 thìa cà phê muối
- 1 thìa cà phê furikake
- 8 con sò biển tươi, lớn, bóc vỏ
- 2 quả cam quýt, gọt vỏ, bỏ lõi và cắt múi
- 4 thìa cà phê hành lá băm nhỏ (hành lá), chỉ lấy phần xanh
- 4 muỗng canh bơ không muối, đun chảy và giữ ấm
- 4 muỗng canh nước sốt Ponzu

Hướng
1. Cho hẹ thái lát vào tô nhỏ và rắc 1/2 thìa cà phê muối. Thêm giấm và trộn nhẹ nhàng, giữ cho hẹ ngập nước. Để ở nhiệt độ phòng trong 30 phút. (Có thể làm trước 1 hoặc 2 ngày và để trong tủ lạnh.) Phần giấm còn lại có thể được dành cho mục đích sử dụng khác, chẳng hạn như trộn salad.
2. Dùng dao sắc cắt chéo từng con sò thành những lát thật mỏng. Phân chia các lát vào sáu đĩa đã ướp lạnh, đặt chúng phẳng theo hình tròn. Xếp một nửa quả cà chua bi lên trên mỗi đĩa. Rắc sò điệp và cà chua với muối, một ít pepperoncino, một ít nụ bạch hoa và một ít hành tím ngâm.
3. Trang trí với lá húng quế xé hoặc thái lát và một ít lá húng quế nhỏ. Cho mỗi đĩa một ít nước cốt chanh và một ít dầu ô liu. Phục vụ ngay lập tức.

91. Sashimi tôm ngọt

Thành phần
- tôm (ama ebi) hoặc đông lạnh và rã đông, còn nguyên đầu
- ½ cốc (60 g) tinh bột khoai tây hoặc bột bắp (bột ngô)
- ½ muỗng cà phê bột ớt đỏ (togarashi) hoặc ớt đỏ xay (cayenne)
- Dầu để chiên
- 1 thìa cà phê muối
- 1 muỗng canh dầu mè đen
- 1 muỗng canh nước cốt chanh tươi
- 1 muỗng canh nước tương
- 4 thìa cà phê trứng cá chuồn đen (tobiko)
- 4 củ hành lá (hành lá), chỉ lấy phần xanh
- 4 quả trứng cút
- 2 thìa cà phê bột wasabi

Hướng

1. Đặt cá hồi, thịt cua và cá ngừ trắng vào các bát nhỏ, phi kim loại riêng biệt. Khuấy đều hành ngọt, hành lá, nước tương, dầu mè, củ gừng tươi và ogo trong tô vừa. Chia hỗn hợp vào 3 bát hải sản.

2. Đối với món poké cá hồi, thêm một chút muối biển và 1 thìa cà phê hạt mè rang. Đối với món poké cua, khuấy cà chua thái hạt lựu vào hỗn hợp. Với món poké cá ngừ trắng, cho 2 thìa cà phê hạt mắc ca vào tô khuấy đều. Đậy từng poké và để lạnh trong ít nhất 1 giờ. Phục vụ từng món poké ướp lạnh với bánh gạo nếu muốn.

92. Bộ ba Poké

Thành phần
- 6 oz. (175 g) cá hồi tươi, thái hạt lựu
- 6 oz. (175 g) thịt cua cục
- 6 oz. (175 g) cá ngừ trắng tươi, thái hạt lựu
- ¼ củ hành ngọt lớn, băm nhỏ
- 3 thìa canh hành lá (hành lá) băm nhỏ, chỉ lấy phần xanh
- 4 muỗng canh nước tương
- 2 thìa cà phê dầu mè
- 2 thìa cà phê củ gừng tươi băm nhỏ
- ½ cốc (25 g) ogo, cắt nhỏ
- Một nhúm muối biển
- 1 muỗng cà phê hạt vừng rang
- 1 quả cà chua nhỏ, thái hạt lựu
- 2 muỗng cà phê hạt macadamia nướng, cắt nhỏ
- Bánh gạo để phục vụ, tùy chọn

Hướng
3. Đặt cá hồi, thịt cua và cá ngừ trắng vào các bát nhỏ, phi kim loại riêng biệt. Khuấy đều hành ngọt, hành lá, nước tương, dầu mè, củ gừng tươi và ogo trong tô vừa. Chia hỗn hợp vào 3 bát hải sản.
4. Đối với món poké cá hồi, thêm một chút muối biển và 1 thìa cà phê hạt mè rang. Đối với món poké cua, khuấy cà chua thái hạt lựu vào hỗn hợp. Với món poké cá ngừ trắng, cho 2 thìa cà phê hạt mắc ca vào tô khuấy đều. Đậy từng poké và để lạnh trong ít nhất 1 giờ. Phục vụ từng món poké ướp lạnh với bánh gạo nếu muốn.

93. Cá bơn chanh và muối Matcha

Thành phần
- 8 oz. (225 g) cá bơn tươi, cắt góc thành nhiều lát
- 1 quả chanh
- 3 thìa cà phê muối biển thô
- ½ thìa cà phê bột trà xanh (Matcha)

Hướng

1. Xếp các lát cá bơn lên đĩa phục vụ. (Nếu đĩa tròn thì xếp các lát chanh thành hình tròn. Đối với đĩa hình chữ nhật hoặc đĩa thuôn dài, xếp các lát chanh thành một hàng ở giữa.) Cắt chanh làm đôi theo chiều ngang và cắt bỏ phần đầu vừa đủ sao cho quả chanh làm đôi. đặt phẳng. Xếp các nửa quả chanh lên và đặt chúng lên đĩa phục vụ.
2. Trộn muối biển và bột trà xanh với nhau trong một đĩa nhỏ. Xếp muối trà xanh thành gò lên đĩa phục vụ hoặc đặt vào đĩa nhỏ để bày bên cạnh. Để phục vụ sashimi, vắt nửa quả chanh lên cá bơn. Rắc muối trà xanh lên từng miếng cho vừa ăn.

94. Đĩa Tataki thịt bò

Thành phần
- 450g phi lê bít tết, cắt ở giữa
- 1 muỗng canh dầu mè
- Tiêu đen mới xay

Đối với nước xốt:
- 3 muỗng canh nước tương nhạt
- Tiêu đen xay
- 2 muỗng canh mirin Nhật Bản (rượu gạo) hoặc rượu sherry khô
- 2 củ hành lá, thái lát mỏng,
- 1 tép tỏi lớn, bóc vỏ và thái nhỏ
- 1 miếng gừng tươi cỡ 1,25cm, gọt vỏ và thái nhỏ
- Lá xà lách nhỏ, để trang trí

Đối với trang phục kiểu Ponzu:
- 2 thìa nước cốt chanh
- 4 muỗng canh giấm rượu gạo
- 4 thìa mirin
- 4 muỗng canh nước tương nhẹ
- 1 muỗng canh dầu mè

Đối với các loại rau
- 1 củ mooli nhỏ (hoặc củ cải daikon, có bán ở các siêu thị lớn), gọt vỏ và cắt thành dải nhỏ
- 1 củ cà rốt lớn, gọt vỏ và cắt thành dải nhỏ hoặc que diêm
- 1 quả dưa chuột, bỏ hạt và cắt thành dải nhỏ hoặc que diêm

Hướng

1. Đun nóng chảo chống dính lớn cho đến khi nóng.
2. Cho thịt bò vào tô lớn, thêm dầu, nêm hạt tiêu và trộn đều.
3. Để thịt bò chín vàng đều trên chảo (thịt bò phải thật chín ở giữa). Chuyển sang đĩa lớn để nguội.
4. Trong một túi đựng thực phẩm bằng nhựa lớn, trộn các nguyên liệu ướp. Thêm thịt bò, đậy kín và để lạnh trong tủ lạnh tối đa 4 giờ hoặc qua đêm nếu thời gian cho phép.
5. Trong một bát nhỏ trộn đều các nguyên liệu làm nước sốt. Che và đặt sang một bên. Trong một bát vừa trộn các loại rau với nhau.
6. Cắt mỏng thịt bò theo thớ. Đặt các lát lên một đĩa lớn và rưới một nửa nước sốt kiểu ponzu. Rưới nhẹ lên các lá vi mô và rưới thêm nước sốt. Múc phần rau còn lại lên trên và ăn kèm với thịt bò.

95. Sashimi cá ngừ với Jalapeno Granita

Thành phần
Granita Jalapeño
- 1 cốc (250ml) nước
- ⅔ cốc (125 g) đường
- 1 quả ớt jalapeño
- 1 muỗng cà phê củ gừng tươi băm nhỏ
- 2 lá tía tô lớn
- 12 oz. (350 g) khối cá ngừ trắng hoặc cá ngừ vây vàng tươi
- 1 quả chanh, cắt thành lát rất mỏng

Hướng
1. Để chuẩn bị granita, hãy đun sôi nước trong chảo nước sốt nhỏ. Thêm đường và khuấy cho đến khi nó tan. Để hỗn hợp nguội một chút trước khi đổ vào máy xay. Cắt jalapeño thành khối thô và cho vào máy xay. Cho củ gừng và 2 lá tía tô vào. Trộn cho đến khi hỗn hợp sủi bọt. Lọc qua lưới lọc mịn và loại bỏ chất rắn khi bạn hoàn thành. Đổ chất lỏng vào chảo kim loại nông và cho vào ngăn đá cho đến khi đặc lại.
2. Áp chảo bên ngoài cá ngừ trắng bằng đèn khò hoặc chảo trên lửa vừa phải (nếu dùng vây vàng thì không nướng). Để nguội một chút, sau đó cắt cá ngừ thành từng lát dày khoảng $\frac{1}{4}$ inch (6 mm).
3. Để phục vụ, hãy lấy Jalapeño Granita ra khỏi tủ đông. Dùng nĩa để cạo hoặc bào khối đông lạnh. Múc vài thìa granita vào ly martini. Xếp 4 lát cá ngừ áp chảo lên trên granita, đặt một lát chanh vào giữa.

96. Sashimi dưa lưới

Thành phần

- ½ lb. (250 g) dưa các loại, cắt thành khối ½ inch (1,25 cm)
- ½ cốc (125ml) rượu sake
- ½ muỗng cà phê bột wasabi
- 4 muỗng canh Xi-rô đậu nành có đường
- 1 cốc (50 g) củ cải daikon (kaiware), muối biển tùy khẩu vị

Hướng

1. Đặt các khối dưa vào một cái bát nhỏ. Trộn đều rượu sake và bột wasabi trong một tô khác. Đổ hỗn hợp lên các khối dưa và để dưa ngâm trong 10 phút. Xả chất lỏng từ dưa.
2. Để phục vụ món sashimi, hãy tập hợp 4 món ăn nhỏ. Nhúng một chiếc cọ làm bánh ngọt nhỏ vào Xi-rô đậu nành ngọt và quét một chút nước sốt lên mỗi món ăn. Lặp lại điều này cho các món ăn còn lại. Chia các khối dưa thành 4 phần và sắp xếp một số khối dưa ngang qua Xi-rô đậu nành ngọt. Rắc mầm củ cải lên các khối dưa, nếu dùng, Rắc muối biển lên từng đĩa và dùng ngay.

97. Cá rô phi và tôm Ceviche Sashimi

Thành phần

- 8 oz. (250 g) cá rô phi tươi hoặc phi lê cá trắng khác, thái hạt lựu nhỏ
- 8 oz. (250 g) tôm luộc chín, bỏ đuôi, cắt thành từng miếng nhỏ
- 4 muỗng canh Sốt cơm Sushi
- 1 cốc (250 g) dứa thái hạt lựu nhỏ
- Nước ép 1 quả chanh
- 1 quả ớt jalapeño nhỏ, bỏ hạt, thái nhỏ
- $\frac{1}{2}$ thìa cà phê tỏi băm
- $\frac{1}{4}$ ớt chuông đỏ nhỏ, thái hạt lựu nhỏ
- 4 thìa cà phê hành lá băm nhỏ (hành lá), chỉ lấy phần xanh
- 4 nhánh lá rau mùi tươi (ngò), xắt nhỏ
- Khoai tây chiên, để phục vụ

Hướng

1. Kết hợp cá rô phi và tôm trong một bát phi kim loại vừa. Thêm các thành phần còn lại và khuấy đều. Làm lạnh ít nhất 1 giờ trước khi phục vụ. Để phục vụ, hãy bày chuối bào bên cạnh để dùng làm thìa ăn được.

98. Sashimi cà chua gia truyền

Thành phần

- 4 muỗng canh giấm gạo
- 1 thìa cà phê đường
- 3 quả cà chua gia truyền lớn
- 1 quả chanh, cắt làm đôi
- 1 cốc (50 g) củ cải cắt nhỏ, tùy chọn
- 2 thìa cà phê muối biển
- $\frac{1}{4}$ thìa cà phê bột trà xanh (matcha)

Hướng

2. Khuấy đều giấm gạo và đường trong một nồi nhỏ. Đun gần sôi thì giảm lửa để duy trì độ sôi. Đun nhỏ lửa cho đến khi chất lỏng giảm đi một nửa, khoảng 2 phút. Hủy bỏ nhiệt và nguội hoàn toàn.
3. Cà chua bỏ lõi, sau đó cắt thành lát $\frac{1}{4}$ inch (6 mm). Chia cà chua vào 2 đĩa phục vụ. Rưới giấm đã giảm bớt lên cà chua. Đặt 1 nửa quả chanh lên thành mỗi đĩa. Đặt $\frac{1}{2}$ củ cải, nếu dùng, lên trên mỗi đĩa. Trộn muối biển và bột trà xanh. Chia nó thành hai món ăn nhỏ. Để thưởng thức, vắt chanh lên cà chua. Rắc muối có hương vị trà xanh cho vừa ăn.

99. Sashimi cá rô phi mỏng giấy

Thành phần
- 8 oz. (250 g) cá rô phi tươi hoặc phi lê cá trắng khác
- Khoảng 15 lá húng quế Thái nhỏ
- $\frac{1}{2}$ quả dưa chuột Anh (dưa chuột Nhật), cắt nhỏ
- $\frac{1}{2}$ cốc (125 ml) nước ép thanh long
- Những lát chanh để trang trí

Hướng
1. Cắt cá rô phi thành những lát rất mỏng. bằng cách sử dụng Hướng cắt góc. Đặt 1 lá húng quế Thái vào mặt dưới của mỗi lát cá rô phi. Xếp các lát cá rô phi lên đĩa phục vụ có hoa văn. (Mô hình sẽ thể hiện qua con cá.)
2. Cho dưa chuột cắt nhỏ và $\frac{1}{2}$ nước ép thanh long vào một cái bát nhỏ. Xếp dưa chuột lên giữa miếng sashimi. Đổ phần nước sốt còn lại lên cá rô phi. Trang trí món ăn bằng những lát chanh. Ăn kèm với nước tương để chấm nếu muốn.

100. Tartar cá ngừ và bơ

Thành phần

- 8 oz. (250 g) cá ngừ ahi tươi, xắt nhỏ
- 2 thìa cà phê hành lá băm nhỏ (hành lá), chỉ lấy phần xanh
- ½ muỗng cà phê dầu mè đen
- 4 muỗng canh nước sốt Ponzu
- 1 quả chanh lớn
- ½ quả bơ, gọt vỏ, bỏ hạt và cắt thành khối nhỏ
- Chút muối
- 1 lá tía tô (tía tô) lớn hoặc lá húng quế, cắt thành dải mỏng
- ½ quả dưa chuột Anh (dưa chuột Nhật), cắt thành lát ¼ inch (6 mm)

Hướng

1. Đặt cá ngừ vào một cái bát nhỏ phi kim loại. Thêm hành lá, dầu mè đen và sốt Ponzu. Trộn đều các thành phần. Trong một bát nhỏ khác, vắt chanh lên các khối bơ. Thêm một chút muối và lá tía tô cắt nhỏ. Khuấy đều.

2. Đặt khuôn vuông 4 inch (10 cm) lên đĩa phục vụ. Nhấn ½ hỗn hợp cá ngừ vào khuôn, tiếp theo là ½ hỗn hợp bơ. Lặp lại các lớp và cẩn thận lấy cao răng ra. Phục vụ cao răng với những lát dưa chuột.

PHẦN KẾT LUẬN

Cho dù bạn yêu thích món sushi cuộn truyền thống của Mỹ hay món sashimi và nigiri đích thực hơn, ăn sushi luôn là một trải nghiệm đầy hương vị và thú vị. Nhưng nếu bạn chưa từng ăn nhiều sushi trong đời, bạn có thể bối rối không biết mình phải làm gì khi ăn sushi - và cảm thấy lo lắng cũng như không biết ăn như thế nào cho đúng cách.

Vì vậy, nếu bạn đã sẵn sàng đam mê món sushi, những công thức nấu ăn này sẽ là nơi tuyệt vời để bắt đầu!

www.ingramcontent.com/pod-product-compliance
Lightning Source LLC
Chambersburg PA
CBHW070658120526
44590CB00013BA/1005